கலைஞன் தியாகம்

(சிறுகதைகள்)

கி.வா. ஜகந்நாதன்

Title: Kalaignan Thiyagam

Author: Ki. Va. Jagannathan

Language: Tamil

First Published on: 1941

Year of Publication: 2024

Book Format: Paperback

*Page Size: 6inch * 9inch*

Category: Fiction

Subject: Short Stories

No. of pages: 232

ISBN: 978-81-989085-7-5

Published by: Nilan Publishers, Madurai, Tamilnadu, India

பொருளடக்கம்

குறிப்புகளுக்காக

முகவுரை

இருபது வருஷங்களுக்குமுன் ஸ்ரீ வ.வே.சு. ஐயர் 'பாலபாரதி' என்னும் மாதப்பத்திரிகையின் முதல் இதழிலே 'லைலா மஜ்னூன்' என்ற சிறுகதை எழுதியிருந்தார். அதைப் படித்துப் பார்த்தபோது அந்த வகையான இலக்கிய அமைப்பிலே ஏதோ கவர்ச்சி இருப்பதாகத் தெரிந்தது. அதைப் பல முறை படித்தேன். கதைப்போக்கு, வர்ணனை, வாக்கியங்களின் ஒழுங்கு எல்லாம் என் உள்ளத்தைக் கொள்ளை கொண்டன. அந்தக் கதையிலுள்ள பல வாக்கியங்களைப் பாடல்களைப்போல் நான் சொல்லிக் கொண்டிருந்தேன். அப்பொழுதே சிறுகதை எழுத வேண்டுமென்ற ஆசை என் கருத்தில் முளைத்தது. சில பிரயத்தனங்களும் செய்தேன்.

என்னுடைய ஆசிரியராகிய பிரும்மஸ்ரீ மகாமகோ பாத்தியாய டாக்டர் உ. வே. சாமிநாதையரவர்களுடைய திருவருளால் பண்டைத் தமிழிலக்கியங்களின் சுவையை நுகரநுகரப் பழமையும் புதுமையும் கலந்த நெறி ஒன்று இலக்கியத்திலே வேண்டுமென்ற எண்ணம் வர வர வலியுற்று வந்தது.

தமிழ் நாட்டில் சிறுகதை எழுத்தாளர் பலராயினர். சிறுகதைக்குக் 'கிராக்கி' ஏற்பட்டது. சிறுகதைத் தொகுதிகள் பல வெளிவரலாயின. கலைமகள் இத்துறையில் செய்துவரும் சிறந்த தொண்டைத் தமிழ் நாட்டார் நன்கு அறிவார்கள்.

கலைமகள் தொடர்பு வாய்த்தபிறகு சிறுகதை எழுத வேண்டுமென்ற எனது அவா நிறைவேறத் தொடங்கியது. அதன் விளைவே இந்தப் புஸ்தகம்.

நான் அவ்வப்போது 'கலைமகளி' லும்,ஆனந்த விகடன் தீபாவளி மலர்கள், 'தினமணி' ஆண்டு மலர், "சுதேசமித்திரன்' விஜயதசமி மலர், 'ஆனந்த போதினி' வெள்ளிவிழா மலர், 'பாரதமணி, லோகோ பகாரி' ஆண்டு மலர் என்பவற்றிலும் எழுதிய கதைகளில் பதினெட்டு இதில் அடங்கியுள்ளன.

இவற்றை வெளியிட்டு ஆதரித்த பத்திரிகாசிரியர் களுடைய பேரன்பைப் பாராட்டி என் நன்றியறிவைத் தெரிவித்துக் கொள்கிறேன்.

இவற்றில் சில கதைகள் ஆங்கிலத்திலும் ஹிந்தி முதலிய நம் நாட்டு மொழிகளிலும் அன்பர்களால் மொழி பெயர்த்து வெளியிடப்பட்டிருக்கின்றன. அங்ஙனம் மொழிபெயர்த்த அன்பர்களுக்கும் என் நன்றியை உணர்த்துகின்றேன்.

கதையென்று எழுதினேன்; தமிழுலகம் இதை வரவேற்குமென்று கருதுகிறேன்; புஸ்தகம் வெளி வருகிறது. இனி, படிப்பவர்கள் உண்டு, புஸ்தகம் உண்டு. நான் ஏன் கவலைப்படவேண்டும்?

கி.வா.ஜகந்நாதன்.

15-12-1941

கலைஞன் தியாகம்

நாராயண பிள்ளைக்கு வயது எழுபது. அவனுடைய முகத்தில் காலத்தின் கோடுகள் கீறப் பட்டிருந்தன. இளமையின் மேடு கரைந்து போய்ப் புஷ்டியின் சின்னம் தகர்ந்து கன்னங்கள் குழிந்திருந்தன. ஆனாலும் அவனுடைய கைக்கு மட்டும் பழைய சக்தி முற்றும் போய்விடவில்லை. மண்ணைக் கொண்டு அபூர்வ ரூபங்களைச் சிருஷ்டிக்கும் கலைத்திறன் அழிந்துவிடவில்லை. அது அவன் கைவிரல்களோடு பிறந்தது போலும்.

வெறும் மண்ணை உருட்டித் திரட்டிக் காய வைத்து வர்ணந் தீற்றிவிட்டால் அதற்கு ஒரு களை – ஒரு பொலிவு – ஏற்படும் மாயத்தை அவனிடம் காணலாம். பண்ணுருட்டியில் அவனுடைய பொம்மைகளுக்குக் கிராக்கி அதிகம்.

ஒரு மண் அகலில் வர்ணத்தைக் கரைத்து வைத்துக் கொண்டு ஒரு பொம்மைக்கு அழகு செய்து கொண்டிருந்தான் கிழவன். சில மாதங்கள் க்ஷவரம் பண்ணிக்கொள்ளாமையால் வளர்ந்திருந்த தாடியும் மீசையும் அவனுடைய முகத்தில் பழமையின் தோற்றத்தை மிகைப்படுத்தின. மங்கிக் குழிந்த கண்களுக்கும் கைவிரல்களுக்கும் இடையே ஏதோ மின்சாரந் தான் வேலை செய்ய வேண்டும்.

"அப்பா" என்று கூப்பிட்டுக்கொண்டே அங்கே ஓர் இளைஞன் தோன்றினான்.

“முருகா, அதை முடித்துவிட்டாயா?” என்று அன்பொழுகிய குரலிலே கேட்டான் கிழவன்.

“காய வைத்திருக்கிறேன். இதற்குள் காய்ந் திருக்கும். இதோ எடுத்து வருகிறேன்” என்று ஓடிப்போய் ஒரு பொம்மையைக் கொண்டுவந்து கிழவன் முன் வைத்தான் இளைஞன்.

அதைக் கிழவன் பார்த்தான்; கண்ணை மலர்த்தி நன்றாகப் பார்த்தான். ஓர் அழகிய இளநங்கையின் உருவம் அது. அவளது ஒய்யாரச் சிரிப்பின் சோபையை அது நன்றாக எடுத்துக் காட்டியது. கிழக் கலைஞன் அந்த வர்ண விசித்திரத்திலே புதைந்திருந்த ஆற்றலை அளவிட்டுப் பார்த்தான். அவனுடைய உள்ளத்திலே பலபல உணர்ச்சிகள் உண்டாயின. ஒரு பெருமூச்சு விட்டான். அதில் எத்தனை உஷ்ணம்!

“நீ நன்றாக இருக்கவேண்டும்! உனக்கு எல்லாவித வாழ்வும் கிடைக்கவேண்டும்!” என்று கிழவன் வாழ்த்தத் தொடங்கினான்.

“போதும் அப்பா; எனக்கு வேலை இருக்கிறது. நான் போகிறேன். அண்ணன் ஒரு வேலை சொன்னான்; செய்ய வேண்டும்” என்று சொல்லிக்கொண்டே முருகன் வீட்டின் முற்றத்திற்குப் போய்விட்டான்.

பொம்மைக்காரக் கிழவனுக்கு முருகன் பிள்ளையல்ல. அவன் ஒரு வளர்ப்புப் பிள்ளை. கிழவனுக்குப் பிள்ளை ஒருத்தன் இருக்கிறான். முருகனுக்கு வேலையிடும் ‘அண்ணன்’ அவன் தான்.

கிருஷ்ணன் நல்ல குணமுடையவனாகத்தான் இருந்தான். தன்னுடைய கிழத்தந்தையின் மதிப்பையும் கலைத் திறமையையும் அவன் நன்றாக உணர்ந் திருந்தான். அந்தக் கலையையே – தொழிலையே – அவனும் கற்றுக்கொண்டான். உண்மையில் கிருஷ்ணனுக்குக் கலைத்திறமை வரவில்லை ; கைத்தொழில் தான் வந்தது. அவனும் பொம்மை பண்ணினான் ; விற்றான்; பணம் சம்பாதித்தான். ஆனாலும் அவன் உண்டாக்கின பொம்மைகளில் ஜீவ ஒளி ததும்பவில்லை. இயந்திரத்தினால் ஒரே அச்சாக வார்க்கப்பட்டவை போல் அவை தோற்றின. ஒரே மண்தான்; ஒரே வர்ணந்தான். ஆனாலும் அவனுடைய கையில் வெறும் மனிதநாடி ஓடிற்றே யொழிய, ஒரு கலைஞனது நாடி ஓடவில்லை.

கிழவன் சில சமயங்களில் தன் குமாரனுடைய பலஹீனத்தை – கலைத் திறமையில்லாத பலஹீனத்தை – நினைத்து வருந்துவான். 'ஜீவனத்துக்கு ஏதாவது வழியிருந்தால் போதுமா? மண்ணைப் பொம்மையாக்கி வெறும் பணத்துக்கு விற்றுவிடும் தொழிலோடு நின்று விடவா இவன் பிறந்தான்? பொம்மைகளுக்கு விலை, வாங்குபவர்களுடைய உள்ளமல்லவா? அதைப் பறிகொடுத்துவிட்டுப் பொம்மைகளை வாங்கும்படி செய்வதல்லவா கலைஞனுடைய கடமை!" என்று அவன் எண்ணி எண்ணி உள்ளம் குலைந்தான். கிருஷ்ணனுக்கோ வயது முப்பது. இனிமேல் அவன் ஒரு கலைஞனாக மாறுவதென்பது சொப்பனத்திலும் இல்லை. நம்முடைய பரம்பரைக்கு முற்றுப்புள்ளி வைத்தாகிவிட்டது' என்ற கவலையில் கிழக்கலைஞன் மூழ்கியிருந்தான்.

இந்தக் கவலைக்கடலிலிருந்து அந்தக் கிழ உள்ளத்தை மீட்டு நம்பிக்கை மூட்டினான் முருகன்.

காளைக்கன்றைப் போல அவன் துள்ளிக் குதித்துக் கொண்டு வந்தான். அவனுடைய கைவிரல்கள், வஸந்தகாலத்தில் தென்றற் காற்றில் ஸதா அசைந்து கொண்டிருக்கும் இளந்தளிர்களைப் போலத் துரு துரு வென்று துடித்துக்கொண்டிருந்தன. அவன் கிழவனிடம் சிஷ்யப் பிள்ளையாகச் சேர்ந்தான். "கூலி வேண்டாம்; சோறு போட்டுத் தொழில் சொல்லிக் கொடுத்தால் போதும்" என்று அவன் அடைக்கலம் புகுந்தான். அவன் முகத்தில் சுறுசுறுப்பின் ஒளி தவழ்ந்தது.

நாராயண்பிள்ளை அவனை ஏற்றுக் கொண்டான். அன்று முதல் இந்தப் பத்து வருஷ காலமாக முருகன் கிழக்கலைஞனுடன் இருந்து வருகிறான். நாளுக்கு நாள் இருவரிடையே உள்ள அன்பும் முதிர்ந்து வந்தது.

கிழவன் தன் கலைத் திறமையை உலகில் நிலைநிறுத்துவதற்கு ஏற்ற கருவி யொன்று அகஸ்மாத்தாகக் கடவுள் கிடைக்கச் செய்தார் என்ற நம்பிகையைக் கொண்டான். முருகன் கிழவனுடைய பிள்ளையைப் போலவே இருந்து வந்தான். "அப்பா" என்றே அழைத்து வந்தான். அவன் இப்பொழுது அக்குடும்பத்தில் ஒருவனாகி விட்டான்.

மாசுமறுவற்ற கிருஷ்ணனது உள்ளத்திலே ஒரு சிறு கறுப்புத் தோன்றலாயிற்று. 'எங்கிருந்தோ வந்தான்; கூலிகூட வேண்டாம், சோற்றுக்கு வேலை செய்வேனென்றான். இப்பொழுது நம்முடைய அப்பனைத் தன்னுடைய அப்பனாக்கிக்கொண்டான். இந்தக் கிழவனும் அவனை ஆகாயத்தில் தூக்கி வைத்துப் பேசுகிறான். நம்மைக் காட்டிலும் அந்தப் பயலிடத்திலே அபாரமான வாஞ்சை! இதெல்லாம் எப்படியாகுமோ,

எங்கே கொண்டுபோய்விடுமோ!' என்று அவன் யோசனை செய்யத் தொடங்கினான். பொறாமைத் தீயின் ஒரு பொறி அவன் உள்ளத்தில் தோன்றியது. கலைவன்மையில்லாத அந்த உள்ளத்தின் பலஹீனம் – தாழ்வுணர்ச்சி – அந்தப் பொறியைச் சுலபத்தில் மூட்டிவிட்டது.

முருகன், தொழில் பழகவந்தவன் கலையையே ஸ்வீகரணம் செய்து கொண்டான். அவனுடைய கை கிழவன் கையை விட அதிவேகமாக ஓடியது. கிழக்கலைஞனுக்குக் கற்பனை அதிகம்; ஆனால் அந்தக் கற்பனை முழுவதையும் உருவாக்குவதற்கு அவனுடைய கைவிரல்கள் ஓடவில்லை ; வயதின் கனம் பழைய முறுக்கைத் தளர்த்திவிட்டது; ஆனாலும் மனத்துக்கு வயசு ஏது? அதன் கற்பனை மாத்திரம் உச்சஸ்தாயியிலேதான் சென்றது. இப்பொழுது அந்தக் கற்பனை வெறுங்கனவாகவே இருந்து மங்கி விடாதபடி செய்யும் சந்தர்ப்பம் கிடைத்தது. இளங்குமரனாகிய முருகன், கிழவனது உள்ளத்தோடு தன் உள்ளத்தை வைத்து உணர்ந்தான். அந்த உள்ளத்தில் உண்டாகிய கற்பனைகளை அவன் கைகள் உருவாக்கிக் கண்ணுக்குக் காட்டின. கிழவனுடைய கற்பனை உருவங்கள் முருகனது கையிலிருந்து உண்மையான உருவங்களாக வெளிப்பட்டன: கிழவன் நினைத்தான்; அதை முருகன் செய்தான். இத்தகையவனைக் கிழவன் தன் உயிரைப் போலப் பாவித்து அன்பு செய்தானென்றால் அது யாருடைய குற்றம்? இதெல்லாம் பொறாமைத் தீயின் புகையினால் மங்கியிருந்த கிருஷ்ண பிள்ளை யவர்களுடைய கண்களுக்குப் புலனாகவில்லை.

2

நவராத்திரி நெருங்கிக் கொண்டிருந்தது. நாராயண பிள்ளையின் வீட்டுப் பொம்மைகள் அதிகமாகச் செலவாயின. முருகன் செய்த பொம்மைகளுக்கு அதிக விலை கிடைத்தது. சென்னப்பட்ட ணத்திலிருந்து மொத்தமாக ஐந்நூறு ரூபாய்க்கு ‘ஆர்டர்’ வந்தது. அந்த வீட்டில் உள்ள யாவரும் முயன்று வேலை செய்து வேண்டிய பொம்மைகளைச் செய்தார்கள். கிழவன்கூட இருமிக்கொண்டே தன்னால் இயன்றதைச் செய்தான். முருகனும் செய்தானென்று சொல்வது மிகை. கிருஷ்ணபிள்ளை அதிகமாக வேலை செய்தானென்று சொல்வதற்கில்லை; வேலை வாங்கினானென்றுதான் சொல்ல வேண்டும். கிழவனைக்கூட முடுக்கினான். ”பணம் வரும்போது வேலை செய்தால் அப்புறம் ஓய்வு கிடைக்கும்” என்று சொல்லிச் சொல்லி வேலை வாங்கினான்.

பொம்மைகளையெல்லாம் பெட்டிகளில் நன்றாக அடக்கம் செய்து ரெயில்வே ஸ்டேஷனுக்குக் கொண்டு போய்ப் பட்டணத்துக்கு அனுப்பினான். அவனோடு முருகனும் சென்றிருந்தான். முருகனால் தனக்குப் பண லாப மென்பதை அன்று நன்றாக உணர்ந்த கிருஷ்ணனுக்குச் சிறிது உள்ளம் குளிர்ந்தது.

“தம்பி, உனக்குக் கல்யாணம் செய்ய வேண்டாமா?” என்று அவன் முருகனைக் கேட்டான்.

இந்தமாதிரியான இனிய மொழிகளை அவனிடமிருந்து முருகன் என்றும் எதிர்பார்த்ததே இல்லை. இவ்வார்த்தைகள் காதில் விழுந்தபோது ஏதோ அமுத

மழை பொழிந்தது போல இருந்தது முருகனுக்கு. கல்யாணப் பேச்சுக்காக அவன் சந்தோஷிக்கவில்லை; 'தன் அண்ணன்' என்றும் இல்லாதபடி அன்போடு பேசியதுதான் அவன் மகிழ்ச்சிக்குக் காரணம்.

"அப்பன்கூட அடிக்கடி சொல்வதுண்டு, எங்கேயாவது நல்ல பெண்ணாகப் பார்த்துக் கட்ட வேண்டுமென்று" என்று கிருஷ்ணன் சொன்னான்.

முருகன் புன்னகையிலே நாணத்தைக் கலந்து காட்டினான்.

ஸ்டேஷனிலிருந்து இருவரும் திரும்பி வந்து கொண்டிருந்தார்கள். மாலை வேளை. கடைவீதி வழியே வந்தார்கள். அப்பொழுது திடீரென்று, "முருகா! முருகா! இவ்வளவு காலமாக உன்னை எங்கெங்கெல்லாம் தேடினேன் " என்று ஒரு குரல் கேட்டது. இருவரும் திரும்பிப் பார்த்தார்கள். கறுத்துப் போய் வற்றலாகியிருந்த தேகமும், சில செருப்புகளை வைத்திருந்த கைகளும், நீர்தோன்றித் ததும்பிக் கொண்டிருந்த கண்களும் உடைய உருவத்தோடு ஒருவன் நின்றான். அவன் ஒரு சக்கிலியன் ; செருப்புத் தைத்து ஜீவனம் செய்கிறவன். பண்ணுருட்டிச் சேரியிலே ஒரு வருஷமாக வாழ்கிறவன். கிருஷ்ணனுக்கு அவன் – சக்கிலியன் என்பது தெரியும். முருகனுக்குத் தெரியாது.

தெரியாதென்று சொல்வதற்கில்லை. கிருஷ்ண பிள்ளையின் தம்பியாக வாழ்ந்த முருகனுக்குத் தெரியாதே யொழிய, அதற்கு முன் இருந்த முருகனுக்கு நன்றாகத் தெரியும். இவன் திருநெல் வேலிக்கார னென்பதை அவன் நெஞ்சு உணரும்.

இருவரும் நின்றுவிட்டார்கள். சக்கிலியன் ஓடிவந்தான். முருகனுக்கு உடம்பில் நடுக்கம் உண்டாயிற்று. கிருஷ்ணனுக்கு ஒன்றுமே தோன்ற வில்லை .

"ஐயோ! உன்னைப் பிரிந்த பிறகு உன் அம்மா உன்னை நினைந்து ஏங்கி உயிரை விட்டுவிட்டாளே! நீ என்னோடு இருந்தால் இந்த வயசான காலத்தில் நான் இப்படிக் கஷ்டப்படுவேனா!" என்று அவன் தெலுங்கிலே கதறினான். அவன் வீட்டுப் பாஷை அது.

இந்த நாடகக்காட்சியின் பொருள் கிருஷ்ணனுக்குப் புரியவேயில்லை; புரிந்தாலுங்கூட அதை அவனால் நம்ப முடியவில்லை. முருகன் அந்தச் சக்கிலியன் மகனா?

"என்னடா உளறுகிறாய்?" என்று கிருஷ்ணன் அவனைக் கேட்டான்.

"ஐயோ சாமி; இவன் என் பிள்ளை. இவனுக்காக நான் எவ்வளவு கஷ்டப்பட்டிருக்கிறேன்! இங்கே இவன் இருக்கிறது முந்தியே தெரியாமற் போச்சே!" என்று அவன் புலம்பினான். அவனுடைய வாத்ஸல்யம் தடையில்லாமல் வழிந்தோடியது. ஸந்தோஷமும் அன்பும் கலந்து தோன்றின. ஆனால் அவற்றின் விளைவாக ஒரு பெரிய விபத்து நேரப் போகிற தென்பதை அவன் உணரவில்லை.

கிருஷ்ணன் பேய்பிடித்தவன் போலானான். கையிலே வைத்திருந்த குடையே அவனுக்கு ஆயுதமாயிற்று; "அட படுபாவி சண்டாளா! சக்கிலிய நாயே என் குடித்தனத்துக்கு உலை வைக்க வந்த பாதகா! என்

வீட்டிலே நல்ல சாதிபோல வந்து வளர்ந்து எங்களை ஏமாற்றிய துரோகீ...'' அவ னுடைய பொறாமை, சாதியிறுமாப்பு, அவமானம் முதலிய பல உணர்ச்சிகளும் சேர்ந்து கொண்டன. வாயிலிருந்து வந்த வசைவெள்ளத்துக்குக் கரை போடுவார் இல்லை. முருகனை அடித்தடித்துக் குடை பிய்ந்துவிட்டது. முருகன் மேனி முழுதும் ரத்தமயம். ஒரே கூட்டம் கூடிவிட்டது.

"ஐயோ பாவம்! எத்தனை நல்ல பிள்ளை! இவனைச் சக்கிலியன் என்று சொல்வது பொய். இதைத் தீர விசாரிக்க வேண்டும்'' என்று சிலர் சொன்னார்கள்.

"காலம் கலிகாலம். இந்தப் பாவம் ஏழேழு ஜன்மத்துக்குந் தீராது. எவ்வளவு துணிச்சலப்பா இந்தப் பயலுக்கு ! சக்கிலியப் பயல் ! சாதியை மறைத்து மேல்சாதியாரோடே உண்டு உடுத்து வாழ்வதென்றால்? இதைவிடக் கொலை செய்து விடலாமோ!''

"இந்தக் கிழட்டு மனிசன் இப்போதுதான் பிள்ளை யுறவு கொண்டாட வேணுமா? எங்கேயோ சௌக்கியமாக இருந்தால் சரியென்று கண்காணாமல் தொலைகிறதுதானே. இப்போது இந்தப் பிள்ளையினுடைய சுகவாழ்வுக்கே விஷம் வைத்துவிட்டானே.''

"இந்தப் பயலை இதோடு விடப்படாது. கணுவுக்குக் கணு கழிக்கவேண்டும்!''

இப்படி மகாஜனங்கள் இந்தப் பரிதாப நாடகத்தைப்பற்றி விமரிசனம் வெளியிட்டுக் கொண்டிருந்தார்கள்.

கிருஷ்ணன், மூர்ச்சை போகும் வரையில் முருகனை அடித்துவிட்டு வெறி பிடித்தவன் போல வீட்டிற்கு ஓடினான். ஒரே அடியாக அந்தக் கிழவனை – தன் தகப்பனை – அடித்துக் கொன்றுவிடுவதுபோன்ற ஆத்திரம் வந்தது. அவன் தானே அந்தப் பயலை வீட்டிலே சேர்த்து வளர்த்தான்? பிள்ளையைப் போலக் கொண்டாடினான்? பிள்ளையைக் காட்டிலும் அதிகமாக வாஞ்சை வைத்தான்? தன்னைக்கூட அலக்ஷியம் செய்தான்? வேண்டும்! நன்றாக வேண்டும் ! – பொறாமைத்தீயின் கொழுந்திலிருந்து எழுந்த எண்ணங்கள் இவை. அவன் முருகனது கலைத்திறமையை மறந்தான். அவனால் தனக்கு உண்டான லாபத்தை மறந்தான். முருகன் பண்ணிய பெரிய பாதகத்துக்குக் கிழவன் கூட உடந்தை யென்றே கிருஷ்ணன் எண்ணினான். "இனிமேல் கிழவன் முருகனைப் பாராட்டமாட்டான்' என்று எண்ணியபோது கிருஷ்ணனுக்கு ஒரு வகையான ஆறுதல் உண்டாயிற்று. நெடு நாளாக இருந்த ஒரு பகைவனை வெற்றி கொண்டாற் போன்ற ஆறுதல் அது.

சக்கிலியக் கிழவன், மூர்ச்சை போட்டு விழுந்த தன் மகனை – இனிமேல் முருகன் அந்தச் சக்கிலியனுக்கு மகன்தானே? – மெதுவாக எடுத்து முகத்தில் தண்ணீர் தெளித்து மெல்ல மெல்லக் குடிசைக்குக் கூட்டிக்கொண்டு போனான். அவனுக்கு விஷயம் விளங்கியது; "ஐயோ! நான் மகா பாவி! என் அருமை மகனுக்கு வந்த வாழ்வையெல்லாம் போக்கி விட்டேனே!" என்று அழுதான். இனிமேல் அழுவதால் ஆவதென்ன?

கிருஷ்ணன் தலைவிரி கோலமாக ஓடிவந்தான். கிழவன், முருகனையும் கிருஷ்ணனையும் எதிர்பார்த்துக் கொண்டு திண்ணையில் உட்கார்ந்திருந்தான். "நீ நாசமாய்ப் போக! உன்னால் அல்லவா இந்தக் குடித்தனத்துக்கே பழி வந்தது? அந்தப் பயலுக்கு எத்தனை இடங்கொடுத்தாய்?" என்று உறுமினான் கிருஷ்ணன். இடி இடித்தது போல் இருந்தது கிழவனுக்கு. இவ்வளவு தூரம் மரியாதை தப்பிக் கிருஷ்ணன் பேசியதேயில்லை.

"என்னப்பா சங்கதி?" என்று மெதுவாகக் கேட்டான் கிழவன்.

"என்னவா? நீயும் நானும் என் குழந்தைகளும் கல்லைக் கட்டிக்கொண்டு கிணற்றில் விழுந்து செத்துப் போக வேண்டியது தான். அந்தச் சக்கிலியப் பயல் சாதியைக் கெடுத்துவிட்டான். படுபாவி! எங்கேயோ சனியன் மாதிரி வந்து சேர்ந்தான்."

கிழவனுக்குக் கலக்கமாக இருந்தது; ஒன்றும் தெளிவாகவில்லை.

"சக்கிலியப்பயலை இத்தனை வருஷங்களாக வீட்டிலே வைத்துச் சோறு போட்ட பாவத்தை இனி எப்படித் தொலைப்பேன் !" என்று தலையிலே அடித்துக்கொண்டு அழுதான் கிருஷ்ணன்.

கிழவன் தன்னை மறந்தான். மயக்கம் போட்டு விழும் நிலையில் இருந்தான். வீட்டுக்குள்ளிருந்து எல்லோரும் வந்து விட்டார்கள். மாமன், மச்சான் முதலிய உறவின் முறையினர் வந்தார்கள்.

கிழவன் கண்ணை மூடிக்கொண்டான். அவனுடைய நெஞ்சு அடைத்துக்கொண்டது. எந்த உலகத்திலே இருக்கிறோமென்ற நினைவையே இழந்தான். பேயறைந்தாற் போன்ற மதிமயக்கம் அவனுக்கு உண்டாயிற்று.

3

கிருஷ்ணபிள்ளை பணக்காரனாகி விட்டான் ; ஆகையால் அவன் சாமிக்குப் பூசை போட்டும் வேறு பல சாங்கியங்கள் செய்தும் மறுபடியும் சாதியிலே சேர்ந்துகொண்டான். அவனுடைய உள்ளத்திலே பொறாமைப் பேயின் கடைசி விருப்பம் ஒன்று இருந்தது. இந்தப் பயல் நம் வீட்டிலே கற்றுக் கொண்ட தொழிலினால் லாபம் சம்பாதிப்பான். அப்படிச் செய்யும்படி விடக்கூடாது. இவன் கையை முறித்துப் போட்டுவிட வேண்டும். இல்லாவிட்டால் இந்தத் தொழிலையே விட்டுவிடும்படி செய்ய வேண்டும்' என்ற சிந்தனை அவனுக்கு எழுந்தது. அதற்குரிய வழி தேடலானான்.

பாவம்! கிழவன் உயிரற்ற பிணமாகிவிட்டான். தன் ஆருயிர் முருகனை இழந்தான். அவன் செய்தது மகாபாதகமென்பதில் கிழவனுக்குச் சிறிதேனும் ஸந்தேகமேயில்லை. அந்த விஷயத்தில் அவனுக்கு எந்தமாதிரி தண்டனை விதித்தாலும் விதிக்கலாம். இப்படி அவனுடைய சாதாரண உள்ளம் எண்ணியது. அவனுக்கு மற்றோர் உள்ளமும் உண்டு. அது கலைஞனது உள்ளம். 'ஐயோ ! எத்தனை அருமையான திறமையுடையவன்! அவனை இழப்பதைவிட இந்த உலகத்தையே இழந்துவிடலாமே. என்னுடைய

வித்தைக்கு – கைத்திறமைக்கு – அவன் தானே வாரிசு? அவன் இல்லாவிட்டால் நான் எப்படி வாழ்வேன் ! நான் எதற்காகத்தான் உயிரோடு இருக்க வேண்டும்? என் கற்பனை அவன் கையிலேயல்லவா உருவெடுக்கும்? இனி அவனைப்போல் யாரைப் பார்க்கப் போகிறேன்" என்ற எண்ணம் அதில் எழுந்தது. முதல் எண்ணத்திலே சாதியும் ஸம்பிரதாயங்களும் அவனைப் பயமுறுத்தின. இரண்டாவது எண்ணத்தில் உண்மையன்பும், கலைப்பித்தும் அவனைச் சோகக்கடலில் அழுத்தின.

கிருஷ்ணன் தனக்கு வேண்டிய சக்கிலியன் ஒருவனோடு சேரிக்குள் புகுந்தான். முருகன் இருக்கும் குடிசைக்கு அருகில் சென்று எட்ட நின்றான். கூட வந்தவன் முருகனை அழைத்து வந்தான். அவன் வெளியே வந்தவுடன் கிருஷ்ணனைக் கண்டான்; திடுக்கிட்டான்; "அண்ணே, அப்பன் சௌக்கியமா?" என்று கேட்டான் .

"சீ! கழுதை! அண்ணனாவது அப்பனாவது! சக்கிலிய நாய்க்கு என்ன துணிச்சல்! என்னை இனிமேல் அப்படிக் கூப்பிடாதே!" என்று சீறிவிழுந்தான் கிருஷ்ணன்.

தன்னைக் குற்றுயிரும் குலையுயிருமாக அடித்துப் போட்டதோடு கிருஷ்ணனது கோபம் நிற்கவில்லை யென்பதை அந்தப் பேச்சிலிருந்து முருகன் உணர்ந்து கொண்டான். "அண்ணே" என்று கூப்பிடாமல் பின் எப்படிக் கூப்பிடுவதென்று அவன் மனத்தில் தோன்றவில்லை. தட்டுத் தடுமாறினான்.

"உங்கள் தகப்பனார் சௌக்கியமாக இருக்கிறார்களா?" என்று மரியாதைப் பாஷையிலே கேட்டான்.

கேட்கும்போது துக்கம் தொண்டையை அடைத்துக் கொண்டது.

"நாயே! அதெல்லாம் உனக்கு எதற்கு? போதும் க்ஷேம விசாரணை இங்கே உனக்கு ஓர் எச்சரிக்கை செய்வதற்காக வந்தேன். கேள்."

"சொல்லுங்கள்" என்று நடுங்கிக்கொண்டு பேசினான் முருகன்.

"எங்கள் அப்பன் மேல் ஆணை. இனிமேல் நீ மண்பொம்மை செய்யக்கூடாது. செய்தால் உன் கையை ஒடித்துச் சரியான தண்டனை விதிப்பேன். எங்கள் வீட்டுச் சொத்து அது. அது உனக்குப் பாத்தியம் இல்லை. நீ பொம்மை பண்ணி லாபம் ஸம்பாதிக்கக்கூடாது; தெரிகிறதா?" என்று அதிகார தோரணையில் கிருஷ்ணன் கூறினான்.

முருகன் மரியாதைக்குப் பயந்தவன். ஏதோ சிறுபிள்ளைத்தனத்தால் தன் சாதியை மறைத்து அவர்கள் வீட்டிலே சேர்ந்துகொண்டான். அதைத் தவிர அவனிடத்தில் வேறு குற்றம் ஒன்றும் இல்லை. தான் பட்ட அடிகளெல்லாம் தான் செய்த குற்றத்திற்கு வேண்டிய தண்டனையே என்பதே அவனுடைய தீர்மானம். ஆனாலும் அந்தக் கிழவனை – "அப்பனை – அவன் எப்படிப் பிரிந்திருப்பான்? இதுதான் பெரிய விஷயம். கிழவனுக்கு எப்படி முருகனைப் பிரிந்திருக்க முடியவில்லையோ அப்படியே முருகனுக்கும் தன் 'அப்பனைப் பிரிந்திருக்க முடியவில்லை. தெய்வமும் குருவும் தந்தையும் தாயும் எல்லாம் அந்தக் கிழவனே என்று அவன் நம்பியிருந்தான். இப்பொழுதோ கிழவன்

உயர்ந்த சாதியான்; தான் தீண்டாச்சாதி. இனிமேல் எப்படி அப்பனைப் பிரிந்து வாழ்வது!

பொழுது போகவேண்டுமே. அதற்காகத் தன் சொந்தத் தகப்பனைக்கொண்டு வர்ணம் வாங்கிவரச் சொல்லிச் சில பொம்மைகளைச் செய்தான். அவைகளைச் செய்தபோதெல்லாம் தன் கலைத்திறமையையும் அந்தப் பொம்மைகளின் அழகையும் பார்த்து வியந்து பாராட்டி அன்போடு தடவிக்கொடுக்கும் கிழவனை நினைந்து உருகுவான்; 'ஐயோ! அந்த வாழ்க்கை சொப்பனம் போல் அல்லவோ போய் விட்டது! தெய்வமே!' என்று தனியே இருந்து நெக்குருகிக் கரைந்து புலம்புவான்.

அவனுடைய சொந்த அப்பன் அவனுக்குச் செருப்புத் தைக்கக் கற்றுக் கொடுத்தான். அதையும் முருகன் சுலபமாகக் கற்றுக்கொண்டான். அதிலும் ஓரளவு அவனுக்குத் திறமை உண்டாயிற்று.

பொம்மை பண்ணுவான்; மிகவும் சிரமப்பட்டுப் பண்ணுவான். அவன் தகப்பன் அவைகளை விற்கலாமென்று சொல்வான். முருகனுக்கு விற்க மனம் வருவதில்லை. "எங்கள் அப்பனுக்குக் காட்டாத பொம்மை மனிதர் கைக்குப் போகக்கூடாது" என்று சொல்வான்.

"அப்படியானால் நீ எதற்காகக் காசைச் செலவழித்து வர்ணம் வாங்கி இதெல்லாம் செய்கிறாய்? அந்த நேரத்தில் நாலு செருப்புத் தைத்தாலும் லாபம் கிடைக்குமே" என்பான் பெற்ற தகப்பன்.

“அதிலே எனக்குப் பொழுது போக்கும் ஆனந்தமும் உண்டு” என்று சொல்லிப் பலபல வென்று கண்ணீர் உதிர்ப்பான் முருகன்.

தகப்பனுக்கு அவனுடைய கலைப்பித்து விளங்க வில்லை.

இந்த நிலையில் பொழுது போக்குக்காகவும் ஆறுதலுக்காகவும் செய்து வந்த கலைவிளையாட்டின் வாயில் கூட மண்விழும் காலம் வந்துவிட்டது. கிருஷ்ணன் ஆணையிட்டுத் தடுக்கிறான்.

“அண்ணே , நீங்கள் என்ன வேண்டுமானாலும் செய்யுங்கள். ஏற்றுக்கொள்கிறேன். இந்தத் தண்டனை மட்டும் வேண்டாம். நான் வியாபாரத்திற்காகப் பொம்மைகள் செய்வதேயில்லை. ஏதோ பொழுது போக்குக்காகச் செய்கிறேன்.”

“சீ படவா! மறுபடியும் அண்ண ன் முறையா? பொழுது போக்குக்குப் பொம்மை செய்ய வேணுமோ? செருப்புத் தைக்கிறதுதானே?”

“அதுவுந்தான் செய்கிறேன். ஆனாலும் பொம்மை செய்யாவிட்டால் எனக்குப் பைத்தியம் பிடித்து விடும்.”

“பைத்தியம் பிடித்து ஊளூராய் அடிபட்டு உதை பட்டுத் திரியேன்! அப்படித் திரிந்தால் கூட உன் பாவத்துக்குத் தண்டனை ஆகாது.”

“நான் பொம்மைகளைப் பண்ணுவதில் உங்களுக்கு என்ன தடை? அதனால் உங்களுக்கு நஷ்டமில்லையே. நான் பண்ணுகிற பொம்மைகளை விற்று விடுவேனென்ற பயம் உங்களுக்கு இருந்தால் அவைகளை நீங்களே எடுத்துக்கொண்டு போய் விடுங்கள்.”

முருகன் இதை முழுமனத்தோடே சொன்னான். அப்படியாவது தன் அருமை ‘அப்பன்’ கண்ணில் அந்தப் பொம்மைகள் படட்டுமே என்பது அவன் கருத்து.

கிருஷ்ணன் பல்லைக் கடித்துக்கொண்டான்; ‘என்ன திமிர் பார் இந்த அல்பப் பயலுக்கு!” என்று எண்ணினான். “உன் பொம்மைகளை – இன்று வரையில் செய்தவைகளை – எடுத்து வெளியே வை. இனிமேல் நீ செய்கிற பொம்மைகளெல்லாவற்றையும் என்னிடம் கொடுத்துவிடவேண்டும். அப்படிச் செய்வதாகச் சத்தியம் செய்” என்று கடுகடுப்போடு கூறினான்.

“எங்கள் அப்பன் ஆணை ; நான் பண்ணுகிற பொம்மைகளை உங்களிடமே கொடுத்துவிடுகிறேன்” என்று அழுது கொண்டே சத்தியம் செய்தான் முருகன். தூக்கு மேடையில் குற்றவாளி தன் வாழ்வின் நம்பிக்கையை யெல்லாம் இழந்துவிட்டு நிற்பது போல அவன் நின்றான்.

“சரி, உள்ளே இருப்பவைகளை வெளியிலே எடுத்து வை” என்று உத்தரவு பிறந்தது.

அந்த ஏழைச் சக்கிலியப் பையன் தன் இருதய உணர்ச்சியையும் வர்ணங்களையும் கலந்து அமைத்த

அந்த அழகிய பொம்மைகளைக் கண்ணீர் விட்டுக் கொண்டே ஒவ்வொன்றாக எடுத்து வெளியில் வைத்தான்.

"ஜாக்கிரதை; உன் சத்தியத்தைக் காப்பாற்றுவதிலாவது நீ யோக்கியனாக இரு. இல்லாவிட்டால் நீ நாசமாய்ப் போவாய்" என்று எச்சரித்துவிட்டுக் கிருஷ்ணன் அந்தப் பொம்மைகளைத் தன்னுடன் வந்த ஆளை எடுத்துக் கொள்ளச் செய்து நடந்தான்.

முருகன் தன் இருதயத்தையே பறிகொடுத்தது போலக் குடிசைக்குள் போய் விழுந்துவிட்டான். அவன் முழுத் தைரியத்தையும் இழக்கவில்லை. தன் அப்பன் அவைகளைப் பார்த்ததும் தனக்காக இரங்குவானென்று எண்ணினான்; அவனுக்கு ஊக்கம் உண்டாயிற்று. நான் பண்ணும் பொம்மைகள் எல்லாவற்றையும் எடுத்துப் போகட்டுமே. அதனால் எனக்கு என்ன நஷ்டம்? நான் தான் வியாபாரம் செய்யப் போவதில்லை. அவர்களுக்குப் பணம் வரட்டுமே. நான் செய்த குற்றத்துக்கு அபராதம் செலுத்தியதாக இருக்கட்டுமே. அப்பன் சந்தோஷப் படுவது ஒன்றே எனக்குப் போதுமே' என்றெல்லாம் அவன் யோசனை விரிந்து சென்றது. ஆதலால் மீட்டும் அவன் பொம்மை பண்ணுவதில் ஊக்கம் உடையவ னானான்.

அட படுபாவி ! பொறாமைப் பேயே ! இப்படியா செய்ய வேண்டும்? கிருஷ்ணன் – பொறாமையின் அவதார புருஷன் – தான் கொண்டு போன பொம்மை களைப் போகும் வழியிலே ஒரு பாறையிலே போட்டு உடைத்துவிட்டான். தன் கைகளை உயர்த்திப் பல்லைக் கடித்துக்கொண்டு அவைகளைப் பாறையிலே

உடைத்தபோது பழிக்குப் பழி வாங்கியவனைப் போலத் திருப்தியொன்று அவன் மனத்தில் உண்டாயிற்று.

இப்படியே அவன் வாரம் ஒருமுறை செய்து வந்தான். ஓர் ஆளைக் கூட்டிக்கொண்டு போவது, அவனை உள்ளே போய்ப் பொம்மைகளை எடுத்து வரச் செய்வது, போகும் வழியிலே அவைகளை உடைத்து விடுவது:
இந்தமாதிரியே அவன் செய்தான்.

முருகன் தன் கலைத்திறமையினால் உண்டாக்கின சிருஷ்டிகள் யாவும் பொறாமைப் பூதத்துக்குப் பலி யாவதை அறியவேயில்லை. அறிந்தால் என்ன பாடு படுவான்!

அப்பனைக் காணாமல் அவன் கண்கள் பூத்துப் போயின. அவன் குரலைக் கேளாமல் காது மரத்து விட்டது. ஒருவருக்கும் தெரியாமல் மாலையில் கையெழுத்து மறையும் நேரத்தில் அவர்கள் வீட்டு வழியே செல்வான். சில நாள் கிழவன் திண்ணையில் உட்கார்ந்திருப்பான். சிலநாள் இருக்கமாட்டான். இருந்தால் ஏதோ தெய்வதரிசனம் ஆனது போல முருகன் விம்மிதமடைந்து போவான். அவனைப் பார்க்காவிட்டாலும் அவனுடைய இருமல் சப்தத்தையாவது கேட்கக் காத்திருப்பான். அதுவும் கிடைக்கா விட்டால் சோர்ந்து தன் விதியை நொந்து கொண்டே போய்விடுவான்.

முருகனோடு போன ஜீவன் மீண்டும் கிழவனுக்கு வரவேயில்லை. அந்த ஏக்கமே அவனுக்கு யமராஜனது ஸேவை சீக்கிரத்தில் கிடைக்கச் செய்தது. சில மாதங்களில் கிழவன் இறந்துவிட்டான். இறக்கும் போது கூட அவன் முருகனையே நினைத்திருந்தான். மரணப்

படுக்கையிலே அவன் உளறின கடைசி வார்த்தை 'முருகா' என்பதுதான்.

கிழவன் உலகைப் பிரிந்த செய்தி முருகனுக்குத் தெரிந்தது. இனி மறைவாகக்கூடத் தன் அப்பனைப் பார்க்க இயலாதென்பதை அவன் உணர்ந்தபோது துடியாய்த் துடித்தான். தாயை இழந்த பிள்ளையைப் போல அவனுக்கு ஏக்கம் பெரிதாயிற்று. இனி அந்தக் கண்கண்ட தெய்வத்தைக் காண்பதற்கு வழியேயில்லை என்று விம்மினான்.

4

நமக்கும் கலைஞனுக்கும் அதுதான் வித்தியாசம். அவனுடைய 'அப்பன்' உலகிலிருந்து போய்விட்டா னென்பது உண்மை. ஆயினும் அவனுடைய உள்ளத் திலே அக் கிழவுருவம் நிலைத்து நின்றது. அவன் தன் நெஞ்சிலிருந்த அந்த உருவத்தை ஏன் புற உலகத்திலே தன் கைத்திறனால் வனையக் கூடாது? இந்த எண்ணம் உதித்ததோ இல்லையோ அவனுக்கு உள்ளங் கால் முதல் உச்சந்தலைவரையில் ஓர் அமிர்த தாரை பாய்ந்தது. சிலீரென்று மெய்ம்மயிர் பொடித்தது; முகத்தில் ஒளி பொங்கியது; "இது என் கடமை; என் வாழ்க்கை முழுவதும் உழைக்க வேண்டுமானாலும் உழைத்து என் 'அப்பனை' என் கண்ணுக்கு முன் நிறுத்திவைப்பேன். என் அண்ணனுக்கு இனிமேல் அப்பன் இல்லை. எனக்கு இருக்கிறான். அவன் உருவம் என் உள்ளத்தில் பச்சையாயிருக்கும் போதே நான் உருவம் அமைத்து விடுவேன். அதை நானே வைத்திருப்பேன். கொடுக்கவே மாட்டேன்."- அவனுடைய சித்தக்கடலில் இப்படி ஒன்றன் மேல் ஒன்றாக அலைகள் மோதின. 'ஐயோ!

அவன் கொண்டு போய் விட்டால்?' – அப்போது ஒரு பெரும் புயல் . பின்னால் பார்த்துக் கொள்ளலாம்; இப்போது பண்ண ஆரம் பிக்கலாம்.'- இவ்வாறு ஓர் அசட்டு ஆறுதல்.

அன்று இரவு முழுவதும் அவன் தூங்கவில்லை. தன் அப்பன் உருவத்தை நினைத்து நினைத்துப் பார்த் தான். அன்று கனவிற்கூடக் கண்டான். மறுநாள் ஆரம்பித்துவிட்டான். யாகமாம் , யக்ஞமாம், பூஜையாம், புனஸ்காரமாம் ; இவைகளிலே சிரத்தை அதிகம் வேண்டுமாம். முருகன் பண்ணத் தொடங்கிய காரியத்திலே அதைக் காட்டிலும் ஆயிரமடங்கு சிரத்தை அவனுக்கு இருந்தது.

ஒவ்வொரு கடுகளவு மண்ணையும் நிதானமாக யோசனையோடு அவன் கையில் எடுத்தான். எத் தனையோ தடவை மீண்டும் கலைத்துக் கலைத்துச் செய்தான். அந்த உருவத்தை நான்கு நாளில் மண்ணால் செய்து விட்டான். வர்ணம் பூசத் தொடங்கினான். தான் செருப்புத் தைத்த பணத்தோடு தன் தகப்பனைக் கெஞ்சிக் கேட்டு வாங்கின பணத்தையும் கொண்டு உயர்ந்த வர்ணமாக வாங்கினான். அணு அணுவாக வர்ணம் தீற்ற ஆரம்பித்தான்.

முடிந்துவிட்டது. தன் கண்ணை நன்றாகத் திறந்து பார்த்தான். "ஆஹா! எல்லாம் 'அப்பா' உன் அனுக்கிரகம்!" என்று கூவினான். ஆனந்த வெறியில் மூழ்கினான்; "நான் ஜயித்தேன். எங்கள் அப்பனை என் அப்பனாக்கிக் கொண்டேன். சபாஷ்! நல்ல கை." பைத்தியம் பிடித்தவனைப்போல் அவன் பல பல வார்த்தைகளை உளறிக் கொட்டினான்.

அந்த உருவம், அந்தக் கிழவனே சிறிய ரூபத்தில் உயிரோடு வந்து நிற்பது போல இருந்தது. முகவெட்டு, மெலிந்த உடல், ஒட்டிப்போன கன்னம், நெற்றிக்கோடு எல்லாம் அதே அச்சு; நிறம் சாக்ஷாத் அவனுடைய நிறமே.

களிமயக்கத்தின் உச்சியிலே நின்ற முருகன் திடீரென்று பாதாளத்திலே விழுந்தான்; "ஐயோ, அண்ணன் பிடுங்கிக்கொண்டு சென்றால் –?" என்று அலறினான். தேவகி கிருஷ்ணன் பிறந்தவுடன் அவனது திவ்ய ரூபலாவண்யத்திலே ஈடுபட்டு மயங்கி இன்பசாகரத்தில் கிடந்தாளாம். கம்ஸன் வந்து குழந்தையைக் கொன்றுவிடுவானே என்ற பயம் திடீரென்று வந்ததாம்; அவள் வீரிட்டுக் கத்தினாளாம். அவள் நிலையிலே இருந்தான் முருகன்.

"ஏதாவது தந்திரம் செய்யத்தான் வேண்டும். இதை எங்கேயாவது மறைத்து வைத்துவிடுகிறேன். பேருக்கு வேறு இரண்டு பொம்மைகள் செய்து வைக்கிறேன், அவன் வந்தால் கொடுக்க" என்று நிச்சயித்து அந்த அழகிய உருவத்தைக் காகிதத்தில் கட்டி ஒரு மூலையில் வைத்துவிட்டான்.

ஞாயிற்றுக்கிழமை ; வழக்கம்போல் கிருஷ்ணன் சக்கிலிய ஆள் ஒருவனோடு வந்து நின்றான். "ஐயோ" என்று முருகன் தேகம் பதறியது. ஆள் உள்ளே சென்று இரண்டு பொம்மைகளை வெளியே எடுத்து வைத்தான்.

"டே, இவ்வளவுதானா? இவை அவசரத்திலே செய்தவைபோல அல்லவோ இருக்கின்றன !"

"ஆமாம்; செருப்புத் தைக்கிறவேலை அதிகமாகப் போய்விட்டது."

"இந்த வேலையை விட்டுவிடுவதுதானே?"

"யோசித்துப் பார்க்கிறேன்."

முருகன் முழுஞாபகத்தோடு பதில் சொல்லவில்லை. அவன் ஹிருதயம் படக் படக்கென்று அடித்துக் கொண்டேயிருந்தது. பேந்தப் பேந்த விழித்துக் கொண்டும் நடுங்கிக்கொண்டும் பேசினான்.

'என்னடா, திருடன் மாதிரி விழிக்கிறாய்? திருட்டுப்பயல், உள்ளே வேறு பொம்மைகள் வைத்திருப்பான். பாரடா" என்று ஆளுக்கு உத்தர விட்டான் கிருஷ்ணன்.

உள்ளே சென்ற ஆளுக்குக் காகிதக் கட்டுக் கண்ணில் விழுந்தது. "அது என்ன மூட்டை ?" என்று கேட்டான். நடுங்கிக்கொண்டே இருந்த முருகன் பயத்தினால் நிதானபுத்தியை இழந்தான். "ஐயா, சாமீ , அதை மட்டும் எடுக்க வேண்டாம்" என்று அழுதுகொண்டே சொன்னான்.

அப்பா குதிருக்குள் இல்லை' என்ற கதையாய் முடிந்தது இது. "அதில் ஏதாவது இருக்கும்; அப்படியே எடுத்துக் கொண்டு வா" என்று கிருஷ்ணன் சொன்னான்.

"உனக்குப் புண்ணியமாகப் போகிறது. அதில் ஒன்றுமில்லை. அதைத் தொடாதே" என்று மன்றாடினான் முருகன்; அந்த ஆளின் கைகளைப்

பிடித்துக் கொண்டு கெஞ்சினான். அவன் திமிரிக்கொண்டு ஒரே பாய்ச்சலில் புலி கவ்வுவதைப் போல் அந்தக் காகித மூட்டையை எடுத்துக்கொண்டு வெளியே வந்துவிட்டான். கிருஷ்ணன் அதை மாத்திரம் உடனே வாங்கிக்கொண்டு பேசாமல் சென்றான்.

“ஐயோ!” என்ற சப்தத்துடன் முருகன் கீழே விழுந்து மூர்ச்சையானான். அவன் தகப்பன் – அந்த அப்பாவிச் சக்கிலியன் – அவனுக்குச் சுருஷை செய்யலானான்.

பலியிடு பாறை வந்தது. கிருஷ்ணன் கையிலிருந்த மூட்டையை அவிழ்க்கத் தொடங்கினான். ‘திருட்டுப் பயல் நம்மிடம் மறைக்கப் பார்க்கிறான்’ என்ற எண்ணத்தினால் அன்று அவனுக்கு அதிகக் கோபமாக இருந்தது. ஒரேயடியில் அந்த உருவத்தை ஆயிரம் சுக்கலாகச் செய்ய எண்ணியிருந்தான்.

மூட்டையை அவிழ்த்தான். அவன் கண்கள் அதனுள் மறைந்திருந்த உருவத்தின் மேல் விழுந்தன. “ஆஹாஹா!” என்று ஸ்தம்பித்துவிட்டான். அவன்

கைகளை ஓங்கவும் இல்லை; அதை உடைக்கவும் இல்லை. அப்படியே திக்பிரமை பிடித்தவன் போல் நின்று விட்டான். அந்த உருவத்தில் தன்னுடைய அப்பனைத் தத்ரூபமாகக் கண்டான். அவனுக்குப் பழைய கால நினைவுகள் ஒன்றன் பின் ஒன்றாக எழுந்தன. அந்த உருவத்தை உடைக்க அவனுக்கு எப்படி மனம் வரும்? அதைப் பார்த்து உருகி நின்றான். அது காறும் எவ்வளவோ அரிய பொம்மைகளை அவன் ராக்ஷஸ குணத்தோடு அந்தப் பாறையில் உடைத்திருக்கிறான்; அந்தப் பொம்மைகளிலும் அபூர்வமான கலைத் திறமை

இருந்தது. ஆனாலும் அவை கிருஷ்ணனின் ஹிருதயத்தை உருக்கவில்லை; பொறாமைத் தீயை மூட்டின ; கோபத்துக்கே பலியாயின.

இதுவோ? இதைச் செய்த கலைஞன் தன் ஜீவனை வர்ணமாகப் பிழிந்து கோலஞ் செய்திருக்கிறான்; தன் கற்பனையைப் பிண்டமாகத் திரட்டியிருக்கிறான்; தன் அன்பைக் கரைத்து மெருகிட்டிருக்கிறான். அதனால் இது இணையற்ற சித்திரம். இந்தப் பொம்மை எந்த ஜீவனுள்ள உடம்பை நினைத்துச் செய்யப்பட்டதோ அந்த உடம்பு அழிந்துவிட்டது; இது அழியாது.

அது மட்டுமா? கிருஷ்ணனுக்கோ இது தன் தகப்பனின் உயிரோவியம். இதன் மூலமாக அவன் தகப்பனைக் கண்டான். அன்பு எல்லாவிதமான தடைகளையும் பொத்துக் கொண்டு வெளிவந்தது. "என்ன அழகு என்ன அன்பு! இதை நான் உடைத்திருந்தால் என்ன பாதகம் செய்தவனாவேன்!" என்று நைந்தான். அவன் கண்களில் நீர்த்துளிகள் தோன்றின. அவனிடம் இருந்த பொறாமையும் கோபமும் விடை பெற்றுக்கொண்டன.

அரைமணிநேரம் கண்கொட்டாமல் அந்த உருவத்தைப் பார்த்துக்கொண்டு நின்றான். அவனுடைய உள்ளத்திலே பல நினைவுகள் எழுந்து மோதின. ஏதோ துணிந்தவனைப்போல் அந்த உருவத்தைக் கண்ணில் ஒற்றிக்கொண்டு திரும்பிச் சேரியை நோக்கி வந்தான். தனியாக வந்தான்; ஆளுடன் அல்ல.

"தம்பீ, முருகா" என்று தழுதழுத்த குரல் ஒன்று வெளியே கேட்டது.

முருகன் ஆச்சரியத்தோடு வெளியே வந்தான். கிருஷ்ணனாவது! தம்பியென்று கூப்பிடுவதாவது! ஒருகாலும் நம்பமுடியாத காரியம்' என்று நினைத் தான். "தம்பீ" என்று இரண்டாந்தரம் கூப்பிட்ட பிறகு தான் உண்மை என்று தோற்றியது.

"தம்பீ, நீ என்னை மன்னிப்பாயா?"

'இது என்ன? கனவு காண்கிறோமா? கிருஷ்ணனா இப்படிப் பேசுவது?' – கண்ணைத் தேய்த்துப் பார்த்தான்.

கண்ணில் நீர்கசியக் குரல் தடுமாறக் கையிலே அந்த அழகிய உருவத்தைப் பிடித்தபடியே கிருஷ்ணன், "தம்பீ, நான் பாதகன்; உன்னைப் பாதகனென்றது பெரிய பிழை" என்றான்.

"என்ன அண்ணே! சொல்வது விளங்கவில்லையே! ஏன் இதைத் திரும்பக் கொண்டுவந்தீர்கள்?"

"இந்தா அப்பா! உன் அப்பனை நீயே எடுத்துக் கொள். உன் அப்பனுக்கு நீதான் பிள்ளை. நான் பிள்ளையல்ல. உன் அப்பன் உயிருடன் இருக்கையில் உன்னைப் படாத பாடு படுத்தினேன். உன் அப்பனிடமிருந்து உன்னை வேண்டுமென்றே பிரித்துவைத் தேன். அப்பன் சாகும்போதுகூட உன்னைத்தான் நினைத்தான். செத்த பிறகாவது அவன் உன்னோடு இருப்பதை நான் ஏன் பிரிக்க வேண்டும்? உன் பழைய பொம்மைகளையெல்லாம், அருமை அறியாத பாவி நான் உடைத்துவிட்டேன். இந்தா, இதை எடுத்துக் கொள். உன் அப்பனை நீ இருதயத்தில் வைத்துப் பூஜித்து வருவது எனக்கு இப்போது நன்றாகத் தெரிகிறது. அந்த

அப்பனுடைய விக்கிரகத்தை இப்படி அமைத்த உன் கையை நான் கண்ணில் ஒற்றிக்கொள்ள வேண்டும். இந்தா , எடுத்துக்கொள். என்னை மன்னித்து விடு. சாதியாவது குலமாவது! அன்புக்கு மிஞ்சித் தெய்வங்கூட இல்லை. இதெல்லாம் இந்தப் பாவிக்கு இப்போதுதான் தெரிகிறது.''

''அண்ணே , இப்படி ஏன் பேசுகிறீர்கள்? என் அப்பன் என்கிறீர்களே; உங்களுக்கு அப்பனல்லவா?''

''முதலில் உனக்குத்தான் அப்பன். அப்புறம் அவனுடைய ஆத்மாவுக்கு ஸம்மதமானால் எனக்கு அப்பன். இந்தா வாங்கிக்கொள்.''

கண்ணீரொழுக முருகன் அதைக் கைநீட்டி வாங்கிக்கொண்டான்.

''அண்ணே, இதுதான் நான் மனம் வைத்து என் உயிரைப் போல எண்ணிச் செய்தது. என்னுடைய மனத்தில் இருந்த ஆசை இப்போது நிறைவேறி விட்டது. இனிமேல் சத்தியமாக இந்தத் தொழிலை விட்டு விட்டேன். செருப்புத் தைப்பதே எனக்குப் போதுமானது.''

கலைஞன் தன் கலையைத் தியாகம் செய்துவிட்டான்.

இருவருடைய கண்களிலும் நீர் ஊற்றுக்கள் எழுந்தன. அவ்வூற்றுக்களில் எந்த எந்தக் குணங்கள் கரைந்து வெளிவந்தனவென்பதைத் தனியே பிரித் தறிவது சாத்தியமானதா?

மலரின் குறை

காமதேவன் கொலு வீற்றிருக்கின்றான். திருமகளின் ஸௌந்தர்யம் செல்வம் முதலியவைகளும், திருமாலின் மனமோகன சக்தியும் அவனிடத்தில் ஒருங்கே விளங்கின. அம் மன்மதன் சமீபகாலத்தில் தான் பட்டத்திற்கு வந்திருக்கிறான். அவனுடைய பதவி புதிதாகச் சிருஷ்டிக்கப்பட்டது. அவன் தன்னுடைய ஆணையினால் உலக சிருஷ்டிக்கு உதவும் காரியங்களையும் உயிர்கள் இன்புற்று வாழ்வதற்குரிய ரக்ஷணைகளையும் செய்யப்போகிறான். ஏன்? மகா காலமூர்த்தியாகிய ருத்திரனைப்போல ஸம்ஹாரத் தொழிலுக்குங்கூட அவன் திருவிளையாடல்கள் காரணமாகப் போகின்றன.

இன்னும் அவன் தன்னுடைய அதிகாரத்தைச் செலுத்தத் தொடங்கவில்லை. அதற்கு வேண்டிய முன் அமைப்புக்களைச் செய்வதிலே கவனம் செலுத்தி வருகிறான்.

அழகு , இன்பம் எல்லாம் எந்தப் பொருள்களில் இருக்கின்றனவோ அந்தப் பொருள்களைத் தன்னுடையனவாக ஆக்கிக்கொள்ள வேண்டுமென்பது அவனது தீவிரதர ஆவல்.

பக்கத்தில் வஸந்தன் – அவனது ஆருயிர்த் தோழன் – இருக்கின்றான். தேவமகளிர் சூழ்ந்து கொண்டு ஆடல், பாடல், அழகு ஆகியவற்றால் அவனுடைய மகிழ்ச்சியைத் தூண்டுகிறார்கள்.

மன்மதனுக்கு இதே ஞாபகம்: பஞ்சேந்திரியங்களுக்கும் இனிமையான வஸ்துக்களின் மேல் தன்னுடைய முத்திரையைப் போட்டு விட வேண்டுமென்ற சிந்தனை. கண்ணுக்கு அழகு, ஸ்பரிசத்திற்கு இனிமை, தீஞ்சுவை, நறுமணம், இன்னிசை இவை அமைந்த பொருள்கள் யாவை? அவைகளுட் சிறந்தவை எங்கே உள்ளன? – இந்த ஆராய்ச்சியில் அவன் உள்ளம் தலைப்பட்டது.

அவனது கடைக்கண் நோக்கினால் உத்தரவிடப் பட்ட நங்கை ஒருத்தி முன் வந்து பணிந்து நின்றாள்.

"காமரூபிணி, இன்று நீ பூலோகத்திற்குச் செல்வாயாக. கண்ணுக்கு அழகான பொருள்களில் சிறந்தது எதுவோ அதைத் தேர்ந்து வா."

"ஸ்வாமி, தேவரீர் சித்தம்."

தன் பனிச்சிறகை விரித்துப் பூமியில் இறங்கினாள் அவ்வழகி. "அழகு எங்கே? அழகு எங்கே?" என்று அவள் கண்கள் ஆராய்ந்தன. ஒன்றனையொன்று மோதியெழுந்த அலைகளை வீசிய கடலைக் கண்டாள்; அதன் கரையிலே வெள்ளி வெண் சிறகுகளைக் கோதிய நாரைக் கூட்டங்களில் அவள் கண் நுழைந்தது; நீல வானத்திலும் வானை முட்டிய மலைகளிலும் பூமியின் மேற்பரப்பில் கோடு கிழித்துச் செல்லும் நதிகளிலும் அவள் பார்வை சென்றது. எல்லாம் அழகின் திருக் கோயில்களே. ஆனாலும் -? அவள் மனத்திற்குத் திருப்தி உண்டாகவில்லை.

சூரியன் கதிர்கள் புக முடியாதபடி செறிந்த பொழிலொன்றிற் புகுந்தாள். கண்ணை மலரத் திறந்து

பார்த்தாள். அங்கே விதவிதமான நிறமுள்ள மலர்களில் அவள் கண்கள் பதிந்தன. அவற்றிலிருந்து கண்களைப் பறிக்க முடியவில்லை. "காமதேவன் வேண்டிய பொருளைக் கண்டு பிடித்து விட்டோம்" என்று அவள் உள்ளத்தே ஒரு கர்வம் உண்டாயிற்று. கண்ணைக் கவரும் நிறத்தைப் பெற்ற ஒரு பெருமலருக் கருகிற் சென்று நின்று ஆர அமரப் பார்த்து மனம் பூரித்தாள்; "'மலரே, பூமிதேவியின் இயற்கை யாபரணமே, நீயே அழகின் சிகரம். நீயே எம்முடைய ரதிகாந்தனுக்கு உவந்த பொருள்" என்று கூறி மகிழ்ந்து விண்ணுலகுக்கு ஏக விரைந்தாள்.

'கண்ணுக்கு இனிய அழகுடைய பொருள்களுள் மலர் சிறந்தது' என்பதை அன்று காமன் உணர்ந்தான்.

2

அவள் பெயர் லலிதாங்கி; அவள் மேனி மென்மைக்கு இருப்பிடம். அது வேறு, மென்மை வேறென்று சொல்வது கூடப் பிழை. இன்று காமக் கடவுளுடைய அருள் நோக்கம் அவள் பால் சென்றது.

"நேற்று, காட்சிக்கு இனிய பொருளை அறிந்தோம். ஸ்பரிசத்துக்கு இனிய வஸ்துவை இன்று நீ அறிந்து வரவேண்டும்" என்று கட்டளையிட்டான் காமன்.

"உத்தரவு, பிரபோ" என்று கிளம்பினாள் லலிதாங்கி.

தன் மென்றளிர்க் கரங்களால் அவள் பொருள் களின் மென்மையை அளந்தறியத் தொடங்கினாள்.

மான்கணங்களின் இடையே சென்று அவற்றைத் தடவிக் கொடுத்தாள்; அவற்றின் மெத்தென்ற தேக ஸ்பரிசம் அவளுக்கு இன்பத்தை உண்டாக்கியது. அன்னப் பக்ஷிகளின் அடிவயிற்றைத் தொட்டுப் பார்த்தாள். அங்கே உள்ள தூவியின் மென்மைக்கு ஈடு வேறொன்றும் இல்லையென்றே துணிந்துவிட்டாள். ஆனாலும், பார்ப்போமென்று எண்ணிப் பூம்பொழிலிற் புகுந்தாள். அழகிற் சிறந்த மலர்களை அவளறியாமலே அவள் கரங்கள் தீண்டின. அவள் மேனி சிலிர்த்தது; 'என்ன மென்மை ! என்ன தண்மை இவையல்லவா நம் சிருங்கார சக்ரவர்த்திக்கு உவப்பைத் தருவன! மற்றவை யெல்லாம் இவைகளுக்கு முன் எம்மாத்திரம்?' என்று நினைந்து காமனுலகு அடைந்தாள்.

ஸ்பரிச சுகத்தைத் தரும் பொருள்களிற் சிறந்தது மென்மலரே என்ற விஷயம் அன்று சித்தஜனது அரண்மனையில் விளம்பரம் செய்யப்பட்டது.

3

மூன்றாம் நாள். இன்று அமுதவல்லியின் முறை. "நாவுக்கு இனிய பொருள்களில் உயர்ந்தது எதுவோ அதை ஆராய்ந்து அறிந்து வர வேண்டும்" என்ற உத்தரவைப் பெற்றுக்கொண்டு அவள் புறப்பட்டாள். அவளுக்கு ருசி அறிவதில் திறமை அதிகம். காமதேவனது பாகசாலைக்கு அவளே மேலதிகாரி.

கரும்பும் கனியும் அவள் ஆராய்ச்சிக்கு உட்பட்டன. பல வகை மதுரமுள்ள கனிகளை அவள் சுவைத்துப் பார்த்தாள். 'என்ன தேவலோகம் வேண்டியிருக் கிறது. ஒரு மரம். அதில் ஐந்து ஜாதி. அவைகளில் பொன்னும்

மணியும் பழுத்துத் தொங்குகின்றன. அவை யாருக்கு வேண்டும்? தின்று ருசிப்பதற்கு மண் மகளின் பிரஸாதந்தான் ஏற்றது. எத்தனை வகை! எத்தனை ருசி!' என்று அவள் பிரமித்தாள். "சரி, பழங்களே சுவையுள்ள பொருள்கள்" என்ற தீர்மானத்துக்கு வந்தாள்.

"இந்த இரண்டு நாட்களாக இங்கே வந்த அணங்குகளின் மனத்தைக் கவர்ந்த புஷ்பத்தைப் பார்த்துப் போகலாமே" என்ற ஓர் எண்ணம் அவளுக்கு உண்டாயிற்று. பூங்கானகத்திற் சென்று மலரருகில் நின்றாள். அதன் அழகும் மென்மையும் காமதேவன் திருவுள்ளத்திற்கு உவப்பைத் தருவனவே என்பதை அவள் உணர்ந்தாள். அது என்ன? இதற்குள் ஏதோ துளி இருக்கிறதே!' என்று தொட்டுப் பார்த்தாள். அதுதான் தேன். அதனைச் சுவைத்துப் பார்த்தாள். "அடடா! என்ன பேதைமை ஏமாந்தல்லவா போய்விட்டோம்! இந்தத் திருட்டுப் புஷ்பங்கள் இந்த வஸ்துவைக்கூட வைத்திருக்கின் றனவே! ஆஹா! என்ன ருசி! என்ன அருமை சக்கையும் வித்தும் கலந்து நிரம்பிய பழங்கள் இதற்கு எவ்வளவோ தூரத்திலல்லவோ நிற்க வேண்டும்? இது தான் சுவை! இதுதான் சுவையின் உச்சி!"

மலருக்கு வந்த அதிருஷ்டம்: அமுதவல்லியின் சுவைப் பரீக்ஷயிலும் அதுவே முன்னால் நின்றது. சுவையில் உயர்ந்த பொருள் மலரிலுள்ள தேனே என்ற மூன்றாவது சிறப்பொன்று அதற்கு அளிக்கப் பட்டது.

4

இன்று ஸுவாஸினி வந்தாள். அவள் வேறு எங்கும் போகவில்லை. வரும் வழியிலேயே தென்ற லிளங்குழவி

வந்தது. மெல்லென்ற தண்மையும், கம்மென்ற மணமும் அதன்பால் இருந்தன. ஸுவாஸினிக்கு ஸந்தோஷம் பொறுக்க முடியவில்லை. "தென்றற் குழந்தாய், தேடிப்போன மருந்துக்கொடி காலில் அகப்பட்டது போல உன்னை எதிர்ப்பட்டேன். உன்னுடைய மென்மையையும் தண்மையையும் லலிதாங்கி உணரவில்லையே. புஷ்பங்களையெல்லாம் உயர்த்தி விட்டாள். உன்னுடைய கந்தத்தைக் கண்டு நான் வந்த காரியம் முற்றுப் பெற்றுவிட்டது. உனக்கு வந்தனம்" என்றாள்.

"நீ என்ன சொல்லுகிறாயென்பது எனக்குத் தெளிவாக விளங்கவில்லை. நீ என்னை வருணிப்பதற்கு என்னிடம் இயல்பாக ஒரு குணமும் இல்லை. இந்தத் தண்மை பொதியமலை அருவியிலிருந்து எடுத்துக் கொண்டது. இந்த நறுமணமும் மலரினங்களின் கருணையினால் பெற்றது" என்று மந்தமாருதம் கூறியது.

"என்ன! மீண்டும் அந்தப் புஷ்பந்தானா? அதுதான் வாஸனையை உடையதா?" என்று ஆச்சரியப்பட்டாள் ஸுவாஸினி .

தென்றல் வழி காட்ட அவள் பூம்பொழிலிற் புகுந்தாள். மலரின் நறுமணம் காந்தம் போல அவளை இழுத்துச் சென்றது. அங்கே அவள் மெய்ம்மறந்து அந்த ஸுவாஸனையில் ஒன்றி நின்றாள்.

நறுமணத்திற் சிறந்த பொருள் மலரே என்ற சித்தாந்தம் நான்காவது நாளில் காமன் அவைக் களத்தில் நிறுவப்பட்டது.

5

இந்த விஷயங்களை மலர் அறிந்துகொண்டது. தென்றலிளங் குழவி அதற்கு உண்டாயிருக்கும் உன்னதப் பதவியைக் கூறியது. காமனுடைய லோகத்தில் தன் புகழ் பரவுவதை அறிந்தபோது அதற்குச் சிறிது செருக்கு உண்டாயிற்று; நான் அழகி, மெல்லியல், இன்சுவைத் தேனுடையவள், ஸுவாஸினி' என்ற எண்ணம் அதன் மனத்தில் திரும்பத் திரும்ப உதித்தது.

அன்று காமதேவன் ஐந்தாவது சோதனைக்கு ஆளனுப்பினான். கானவிலாஸினி அந்தக் கைங்கரி யத்தை ஏற்றுக்கொண்டாள். இன்னிசைக் கீதம் இயற்கையிலே எங்கெங்கே உண்டோ அங்கெல்லாம் தேடத் தலைப்பட்டாள். வெள்ளலைக் கைகளைக் கொட்டி முழங்கும் கடலின் பிரணவ கோஷம் அவள் உள்ளத்தை உருக்கவில்லை. மரத்தின் மூலையிலே அடங்கி யொடுங்கி வஸந்த காலத்தில் மட்டும் கூவும் குயிலின் குரல் அவளுக்கு உவப்பை உண்டாக்கவில்லை. மலையிலிருந்து ஒல்லென ஒலித்து வீழும் அருவியின் இசை அவளுக்கு ரஸிக்கவில்லை.

எல்லோரும் தங்கள் ஆராய்ச்சிக்கு முடிவு கண்ட அந்த மலரழகியைத்தான் பார்ப்போமே' என்று சென்றாள் ; நின்றாள்; தனக்கு உரிய பொருள் அங்கே கிடைக்கவில்லை; காத்துப் பார்த்தாள்; பயனில்லை.

நான்கு நாட்களும் சிறப்படைந்து தருக்குற்ற மலருக்குத் தன் முன் நின்ற அணங்கு மயங்குவதற்குரிய காரணம் புலப்படவில்லை. அவள் தான் விரும்பி வந்ததை அந்த மலரிலே காண வேண்டு மென்று ஆவல் கொண்டாள்.

அது பூர்த்தி ஆகவில்லை. அவள் மனம் இரங்கியது; "பூ மகளே! நான் உன்னிடத்தைத் தேடி வந்தேன். நான்கு நாட்களும் உன்னுடைய இயல்புகளால் களித்த தோழி களைப்போல் நானும் களிப்புறலாமென்று நம்பி வந்தேன். நீ மௌனமாக இருக்கிறாய். நான் விரும்பி வந்த இன்னிசை உன்னிடத்திலே இல்லை. எனக்கு மட்டும் புறம்பாகி நிற்கிறாய். நான் எங்கே போவேன்!" என்று அவள் புலம்பினாள். பிறகு, "நாளைக்கு வருகிறேன்" என்று சொல்லிப் போய்விட்டாள்.

மலரின் மனம் உடைந்தது. அது கொண்ட செருக்குச் சிதறியது. "'ஐயோ, இன்னிசைக்கு நான் எங்கே போவேன்! என்னுடைய குறையை இப்போது தானே உணர்ந்தேன்? யார் இதை நிரப்புவார்கள்?" என்று அழுது கண்ணீர்விட்டது. தென்றல் வந்து தேற்றியது; மாலைக் காலம் வந்து மையல் காட்டியது. ஆனால் குஸ்ம கன்னிகையின் மனம் மட்டும் தேறவில்லை.

அப்பொழுது அங்கே ஒரு சிறிய வண்டு வந்தது. மலர்மகள் முகம் வாடி அழுவதைக் கண்டு, "ஏன் நீ தேம்புகிறாய்?" என்று இரங்கி விசாரித்தது.

"பிருங்க ராஜாவே, நான் என்ன சொல்வேன்! காமதேவனுடைய கட்டளையின்படி இந்த நான்கு நாட்களாக நான்கு தெய்வ கன்னிகைகள் இங்கே வந்தார்கள். அவர்கள் நால்வரும் என் அழகையும், மென்மையையும், சுவையையும், மணத்தையும் கண்டு உவந்து சென்றார்கள். இன்றைக்கு ஒருத்தி வந்தாள். அவள், இன்னிசை என்னிடம் இருக்கிறதோவென்று கேட்டாள். நான் ஊமையாக நின்றேன். அவள் போய்விட்டாள். எனக்கு இசை இல்லையே! யார்

தருவார்கள்? நாளைக்கு வந்து பார்க்கும் போது பழைய படியே இருந்தால் என் செய்வது !" என்று கதறிக் கண்ணீர் விட்டது.

"மலர் மங்கையே, இதுதானா பிரமாதம்? உன் வருத்தத்தை இதோ நான் போக்குகிறேன். உன் இதழ்களை அகலத் திற" என்று கூறி அவ்வண்டு அப்பூவிற்குள் புகுந்துகொண்டு ரீங்காரம் செய்யத் தொடங்கியது. பூம்பொழில் முழுவதும் அதன் சுருதியிலே லயித்து நின்றது.

ஆறாம் நாட் காலையில் காமலோகத்திலிருந்து கானத்தைத் தேடும் காரிகை வந்தாள். நெடுந் தூரத்தில் வரும்போதே இந்த அமுத கானம் அவள் என்பை உருக்கியது. நேரே வந்து மலர்முன் நின்றாள்; கானம் அதிலிருந்து உண்டாகியதை உணர்ந்தாள்;

"ஸந்தோஷம்! நீயே போற்றற் குரியவள். நீயே காமதேவனுக்கு உகந்தவள். நீ வாழ்க!" என்று வாழ்த்திவிட்டுச் சென்றாள்.

அன்று பஞ்சேந்திரியங்களுக்கும் இனிமை தரும் பொருள் மலர் என்ற உண்மையைக் காமதேவன் உணர்ந்தான். அதைத் தனதாக்கிக் கொள்ளத் திருவுள்ளம் வைத்தான்.

"இந்திரியங்களை மயக்குவிக்கும் மலர்கள் நம் அஸ்திரங்களாகுக! ஐம்பொறி உணர்ச்சிக்கும் களிப் பூட்டும் அவையே நமக்குரிய படைக்கலம். அவற்றைக் கொண்டு ஸர்வலோகத்தையும் நாம் அடிப்படுத்தி விடுவோம். பஞ்சேந்திரியங்களையும் நம் வசப்படுத்த

நமக்கு ஐந்து அம்புகள் வேண்டும். அவை ஐந்தும் மலர்களாகவே ஆகுக!" என்று அவன் திருவாய் மலர்ந்தருளினான். அன்று முதல் காமக் கடவுள் பஞ்ச புஷ்ப பாணன் ஆனான்.

மலர்மகள் வண்டை அணைத்துக் கொண்டாள்; "உன்னால் அல்லவோ இந்த நிலை எனக்கு வந்தது!" என்று மலர் கொஞ்சியது. வண்டும் அதன் காதலை உணர்ந்து முத்தமிட்டது.

"காமதேவனது படைக்கலமாவதென்பது கனவிலும் எண்ண முடியாத காரியம். என்னுடைய குறைவு நிரம்பாமல் இருந்தால் எனக்கு இந்த இணையற்ற பதவி வந்திராது. இந்தக் குறையை நீயே நிறைவேற்றினாய். எல்லாம் நீ தந்த வாழ்வு! யான் என்ன கைம்மாறு செய்யப்போகிறேன் ! என்னிடம் தேன் உளது. இந்தா : அது இன்று முதல் உனக்கே அர்ப்பணம். மற்றவர்களும் உன் மூலமாகவே தேனை அனுபவிக்கட்டும்."

வண்டு மலரழகியின் மெல்லிதழ்களைக் கிண்டி முத்தமிட்டுத் தேன் குடித்து அந்த வெறியிலே இன்னிசைக் கீதத்தை எழுப்பியது :

வண்ணமுறு நன்னிறத்தாற் கண்களை கவர்ந்தாய்
மணமுனக்கு வாய்த்தது போல் யார் பெற்றார் இங்கே
தண்ணிதழின் மென்மையினால் பரிசசுகந் தந்தாய்
தங்குவண்டின் இன்னிசையால் செவிக்கினிமை பொழிந்தாய்

கிண்ணமெனத் தேனிரம்பி இனியசுவை பெற்றாய்
கீழுலகும் மேலுலகும் புகழும் நிலை உற்றாய்
தண்ணரிய மன்மதனுக் குவந்த படை யானாய்
நாண்மலரே பூமகளே வாழிய நீ வாழி!

அணைந்த விளக்கு

"அப்பான்னா ஆரம்மா?"

"அடுத்த வீட்டுக் கிருஷ்ணனுடைய அப்பா இருக்கிறார் அல்லவா? அவரைப்போல உனக்கும் ஓர் அப்பா இருக்கிறார்."

"அவர் எங்கே அம்மா?"

"அவர் ஊருக்குப் போயிருக்கிறார்."

"எப்போ வருவாரம்மா?"

"சீக்கிரத்திலே வந்து விடுவார்."

அப்படிச் சொல்லும் போது லக்ஷ்மியின் கண்களில் நீர்த்துளிகள் ததும்பின. துக்கம் நெஞ்சை அடைத்துக் கொண்டது.

"வரும்போது எனக்கு என்னம்மா கொண்டு வருவார்?"

"எல்லாம் கொண்டு வருவார், கண்ணே! பெப்பர் மெட்டு , பூட்ஸு, பொம்மை, எலெக்ட்ரிக் விளக்கு, ரெயில் வண்டி எல்லாம் கொண்டு வருவார்."

அவ்வளவுதான்; குதித்துக்கொண்டு ஜயராமன் வாசலிலே ஓடினான்; "எங்கப்பா வரப்போறா! எல்லாம் கொண்டு வருவா!" என்று குதூகலத்தோடு

கூவிக்கொண்டே தன்னுடைய நண்பர்களுடைய கூட்டத்திலே கலந்து விட்டான்.

***

லக்ஷ்மிக்கு அவன் ஒரு செல்வக் குழந்தை. அவளுடைய புருஷன் வேலை கிடைக்காமல் திண்டாடினான். கல்யாணமாகிப் பிள்ளையும் பெற்றுவிட்டான். வேலையில்லாமல் இருந்தால், குடும்பத்தை யார் காப்பாற்றுவார்கள்? லக்ஷ்மி பிறந்தகத்துச் செல்வி. ஆகையால் தகப்பனார் வீட்டிலேயே இருந்தாள். இருந்தாலும் எல்லோருடைய புருஷர்களும் வியாபாரமோ, உத்தியோகமோ செய்து ஸம்பாதித்து வாழும் போது தன் புருஷன் மாத்திரம் வெட்டியாளாக இருப்பது அவளுக்குப் பிடிக்கவில்லை. அவன் தான் என்ன செய்வான்!

குழந்தை பிறந்து ஒரு வருஷம் ஆயிற்று. லக்ஷ்மியின் கணவன் இல்வாழ்க்கையின் இனிமையை முற்றும் உணரமுடியவில்லை. பிறருடைய வீட்டில் இருந்துகொண்டு சாப்பிட்டு வந்தால் மனம் உடைந்து போகாதா? "திரைகட லோடியும் திரவியம் தேடு" என்று பாட்டி சொல்லியிருக்கிறாள். கடல் கடந்தேனும் ஸம்பாதிக்க வேண்டுமென்ற எண்ணம் அவனுக்கு உண்டாயிற்று; நாளடைவிலே அது முறுகி வளர்ந்தது.

துணிந்து ரங்கூனுக்குப் புறப்பட்டுவிட்டான். புறப்படும் போது, "கடவுளுடைய அருளால் எனக்கு ஏதாவது நல்ல வேலை கிடைக்குமென்றே நம்புகிறேன். கிடைத்த பிறகு உன்னையும் குழந்தையையும் அழைத்துக் கொள்கிறேன்" என்று சொல்லிப் போனான்.

அங்கே ஒரு கம்பெனியில் வேலைக்கு அமர்ந்தான். அவ்வளவு நாள் ஓடிந்து போயிருந்த அவனது மனம் ஊற்றமடைந்தது. 'இனி நாமும் உலகத்தில் மனிதனாகப் பிழைக்கலாம்' என்ற தைரியம் வந்தது. 'லக்ஷ்மியை அழைத்து வரலாம்' என்று எண்ணினான். 'இன்னும் இரண்டு வருஷங்கள் தனியாக இருந்தால் கையில் கொஞ்சம் பணம் சேரும். அப்புறம் அழைத்து வந்தால் நல்ல வீடாக வாங்கிக்கொண்டு சுகமாகக் குடித்தனம் செய்யலாம்' என்று மற்றொரு நினைவு தோற்றியது. 'இவ்வளவு காலம் பெண்டாட்டியோடு தானே இருந்தோம்? இப்பொழுது சிலகாலம் பிரிந்து இருப்போமே. என்ன முழுகிப் போகிறது?' என்று கருதினான். சில மாதங்கள் கழித்து வந்து அழைத்துப் போவதாகத் தன் மனைவிக்குக் கடிதம் எழுதி விட்டான்.

ஆறு மாதங்கள் ஆயின. லக்ஷ்மியின் கணவன் வரவில்லை. தேளுக்குப் பயந்து பாம்பின் வாயில் அகப்பட்டது போல, உத்தியோகமின்மைக்குப் பயந்து பிரிவுத்தீயில் அகப்பட்டுக்கொண்ட லக்ஷ்மியின் சிந்தை அலைகடல் துரும்பு போல நிலைகலங்கித் தத்தளித்தது.

"நீங்கள் இங்கே இருந்தபோது அடிக்கடி நான், ஏதாவதொரு வேலை பார்க்க வேணுமென்று தொந்தரவு செய்தேன்; அதற்கு இது அபராதமா? என்னை இனிமேல் சோதனை செய்யவேண்டாம். உங்களுடைய குழந்தை

எவ்வளவு அழகாக இருக்கிறான்! எப்படி விளையாடுகிறான்! அவனுடைய மழலையைக் கேட்க வேண்டாமா? எனக்காக நீங்கள் புறப்பட்டு வராவிட்டாலும், அவனுக்காகவாவது வாருங்கள்'' என்று

அவள் கடிதம் எழுதினாள்.

''அடி பயித்தியமே; என் குழந்தையைப் பார்க்க எனக்கு ஆவல் இல்லாமலா இருக்கும்? இங்கே எனக்கு 'லீவு' கிடைக்கிறது கஷ்டமாக இருக்கிறது. தவிர, இங்கே நானே இருந்து கவனிக்க வேண்டிய முக்கியமான காரியம் ஒன்று இருக்கிறது. அது முடிந்தால், எங்கள் கம்பெனி துரை எனக்குச் சம்பளம் அதிகமாகப் போடுவான். நான் இங்கே இருந்து அந்தக் காரியத்தைப் பூர்த்தி செய்து எனக்குச் சம்பளம் அதிகமானால், அது நம் இருவருக்கும் நல்லதல்லவா? அதனால் இன்னும் சில மாதங்கள் பொறுத்திரு'' என்று பதில் வந்தது.

பின்னும் ஆறு மாதங்கள் ஆயின; ''ஒரு வருஷம் ஆய்விட்டதே; உங்கள் மனம் இரங்கவில்லையா? உங்களுக்கு நான் என்ன குற்றம் இழைத்து விட்டேன்!'' என்று எழுதினாள் லக்ஷ்மி,

ஒரு மாதத்திற்கு அப்புறம், ''நான் இப்பொழுது சுற்றுப் பிரயாணத்தில் இருக்கிறேன். இந்தப் பிரயாணம் இன்னும் மூன்று மாதங்கள் செய்ய வேண்டியிருக்கும். அப்புறம் அங்கே வருவதைப் பற்றி யோசித்துக் கடிதம் எழுதுகிறேன். குழந்தையை ஜாக்கிரதையாகப் பார்த்துக் கொள்'' என்று விடை வந்தது.

ஒரு வருஷத்துக்கப்பால் இரண்டாவது வருஷம் சென்றது; மூன்று வருஷங்களும் ஆய்விட்டன. இப்பொழுது ஐயராமன் தன்னுடைய ஐந்தாவது பிராயத்தில் விளங்குகிறான். அவனுடைய இன்னிசை மழலைச் சொற்களைக் கேட்கும் போதெல்லாம் லக்ஷ்மி கண்ணீர் விடுகிறாள்; 'இதை அவர் கேட்பதற் கில்லையே!' என்று விம்முகிறாள்.

இந்த நான்கு வருஷங்களாக அவ்விருவரிடையேயும் கடிதப் போக்குவரத்துக்குக் குறைவொன்று மில்லை. அக்கடிதங்களிலே பிரேம வாசகங்களுக்கும் குறைவில்லை. தன் காதற் கணவனுடைய கடிதங்களை அருமையாகக் காப்பாற்றி வந்தாள் லக்ஷ்மி. ஒவ்வொரு கடிதமும் வரும்போது அவள், "நான் அடுத்த கப்பலில் வருகிறேன் என்று எழுதியிருக்கக் கூடாதா?" என்று ஆர்வத்தோடு பார்ப்பாள். கடைசிவரி வரையில் படித்து விடுவாள். தான் வராததற்கு ஒரு காரணத்தை அதில் எழுதியிருப்பான் அவள் கணவன். அதோடு அடுத்த 'வாய்தா'வையும் எழுதியிருப்பான். அவள் என்ன செய்வாள்! ஒரு பெருமூச்சினால் அந்தக் கடிதத்தை அலைத்து இரண்டு கண்ணீர்த்துளிகளால் முத்திரையிட்டுத் தன்னுடைய சேமப் பெட்டியிலே பழைய கடிதங்களோடு வைப்பாள். இப்படி எத்தனை தரம் ஏமாந்து விட்டாள்!

***

"அம்மா தபால்; லக்ஷ்மியம்மாளுக்கு" என்றான் தபால்காரன். தன் தாய்க்கு முன் ஓடிச் சென்று அதை வாங்கி அம்மாவிடம் கொடுத்தான் குழந்தை. பழையபடி நாயகனை எதிர்பார்க்கும் பேரார்வத்தோடு அதைத்

திறந்து படிக்கத் தொடங்கினாள். அதில் என்ன இருக்கிறது? அவள் விழியிலே எதற்காக இவ்வளவு ஒளி? அவள் முகத்திலே என்ன களிப்பு? இதென்ன? திடீரென்று அந்த முகத்திலே மேகத்திரை போட்டது போல் ஒரு சோர்வு உண்டாவானேன்? எதற்காக அவள் தொண்டைக்குள் எச்சிலை விழுங்குகிறாள்?

குழந்தை வாயில் விரலை வைத்துக்கொண்டு தன் தாயின் முகத்தைப் பார்த்துக்கொண்டே நின்றான். அந்த முகத்திலே திடீரென்று தோன்றிய ஒளியின் அர்த்தத்தையும், அடுத்த கணமே அது மறைந்து விட்ட காரணத்தையும் அவன் எப்படி அறிவான்!

அவன் வரப்போகிறான், உண்மை. இதுதான் அவள் முகத்திலே முதலில் சோபையை உண்டாக்கியது. ஆனால் -? அவனோடு அவனுடைய பழைய கட்டுடல் வரவில்லை; க்ஷயரோகத்தால் குன்றிப்போன தேகந்தான் வருகிறது! “ஐயோ கடவுளே!” என்று அவள் தலையிலே கையை வைத்துக்கொண்டாள்.

“கண்மணி, உனக்கு இனிமேல் மறைப்பதில் பிரயோசனம் இல்லை. வேலை மிகுதியினால் என் உடம்பு கெட்டு விட்டது. அங்கே சுகபோகத்தை அனுபவித்துக் கொண்டிருந்த இந்தத் தேகம் இங்கே உள்ள புதிய சீதோஷ்ண ஸ்திதியையும் அலைச்சலையும் தாங்கவில்லை. போன வருஷத்திலேயே எனக்கு க்ஷயரோகம் உண்டாயிற்று. தக்க மருந்துகள் சாப்பிட்டு நோய் நீங்கிய பிறகு அங்கே வரலாமென்று நினைத்தேன். ஆனால் இது என் உயிருக்கு யமனாக வந்திருக்கிறது. இதுவரையில் இதை உனக்கு ஒளித்திருந்தேன். இனிமேல் ஒளிப்பதனாற் பிரயோசனம் இல்லை.

என்னுடைய வாழ்வின் காலம் குறுகிக் கொண்டு வருகிறது. இதைத் தெரிவிக்காமலே அங்கே வந்துவிடலாமென்று எண்ணினேன். எப்படியானால் என்ன? எப்படியும் தெரியத்தானே போகிறது? திடீரென்று தெரிவதைவிட முன்னாலே தெரிவது சிறிதளவு ஆறுதலாக இருக்கும். என்னுடைய இறுதிக் காலத்திலாவது நான் உனக்கருகில் இருக்கும்படி ஆண்டவன் அருள் புரிவானென்று எண்ணுகிறேன். அதோடு, ஏழையாகப் பிறர் வீட்டு உணவை உண்டு சாகவேண்டிய நிலையில் நான் இப்பொழுது இல்லை யென்பதும் எனக்குத் திருப்தியை விளைவிக்கிறது. நம்முடைய குழந்தைக்கு, என் காலத்துக்குப் பின் பிறர் கையை எதிர்பாராதபடி வாழ்வதற்கேற்ற பொருள் வசதியும் என்னிடம் இப்பொழுது உண்டென்பதை உனக்குத் தெரிவித்துக்கொள்ள விரும்புகிறேன். நமக்காக ஒரு தனி வீடு பார்த்து ஏற்பாடு செய்யும்படி உன் தமையனிடம் சொல். உன்னை விரைவிலே பார்க்கவேண்டும் என்ற அவா நிமிஷந்தோறும் விஷம் மாதிரி ஏறிக்கொண்டே இருக்கிறது." இப்படி அவன் எழுதியிருந்தான். லக்ஷ்மியின் கனவுலகம் மறைந்து போயிற்று. அதில் அவள் கண்ட மாடமாளிகைகளும் சிங்கார வனங்களும் இன்ப ஊற்றுக்களும் பிரளய கால வெள்ளத்திலே மூழ்கடிக்கப்பட்டன. அவன் வருவான், வருவானென்று அவள் எதிர்பார்த்திருந்தாள்; வரவில்லை. இப்பொழுதோ அவன் வரப்போகிறான்; ஆனாலும் அவளுக்கு மகிழ்ச்சியில்லை.

***

வந்துவிட்டான்; இந்த வியாதியின் அழிவுச் சக்திதான் எத்தனை கொடிது! அழகு, வசீகரம் கட்டு எல்லாம்

அமைந்திருந்த அவனுடைய தேகம் இப்பொழுது உளுத்துப்போய் எலும்பும் தோலுமாக இருக்கிறது. பெரிய பெரிய வைத்தியர்கள் பார்த்தார்கள். "ஏது? மிஞ்சி விட்டது" என்று எல்லோரும் சொல்லிவிட்டார்கள்.

அவன் வரும் போது ஜயராமனுக்கு எத்தனையோ அபூர்வ வஸ்துக்கள் கொண்டுவந்தான்; பர்மியப் பொம்மைகள், ரங்கூன் மிட்டாய்கள், சீனதேசத்துச் சாமான்கள் எல்லாம் கொண்டு வந்தான். அருமையான வேலைப்பாடுகளையுடைய ஓர் எலெகட்ரிக் டார்ச்சு விளக்கும் கொண்டுவந்தான். அதிலேயுள்ள பொத் தானை அமிழ்த்தினால் பளிச்சென்று வெளிச்சம் வீசும். வீசும்போது ஜயராமனுக்கு உண்டாகும் ஸந்தோஷம் இவ்வளவு அவ்வளவு அல்ல.

தன்னுடைய தாய் ஸதா அப்பா அப்பா என்று தனக்குச் சொல்லிக் கொடுத்த மந்திரத்தினால் குறிக்கப்படும் புருஷன், ஒரு வற்றல் உடம்புடைய நோயாளி யென்பதை அந்தக் குழந்தை அறிந்தபோது அவனுக்கு அந்த அப்பாவிடம் அதிகக் கவர்ச்சி உண்டாகவில்லை. 'அப்பா' மட்டும் குழந்தையை எத்தனையோ அன்போடு கொஞ்சிக் கொஞ்சி முத்தமிட்டுத் தழுவிக் கொண்டான். குழந்தை அந்த அன்புக்குச் சரியான மதிப்பை அளிக்கவில்லை. அவனுக்கு அப்பா' என்றாலே புரியவில்லை. ஆனால் அப்பாவைக் காட்டிலும் அப்பா கொண்டுவந்த பண்டங்களிலே அவன் குழந்தையுள்ளம் ஈடுபட்டது. அவைகளுக்குள், அந்த டார்ச்சு' விளக்கிலே அவன் தன்னையே இழந்து மயங்றான். தன்னுடைய சகாக்களில் ஒருவர் தவறாமல் யாவருக்கும் அதைக் கொண்டு போய்க் காட்டினான்.

“இங்கே பார்” என்பான். அடுத்த வீட்டுப் பையன் பார்க்கும் போதோ அவன் கண்ணுக்கு நேரே அந்த விளக்கைத் திடீரென்று ஏற்றுவான். பளிச் சென்று அப் பையன் கண்ணிலே வெறியோடும் “அப்பாடா!” என்று அவன் கூவுவான். அந்தக் கூச்சலிலே ஜயராமனுக்கு ஓர் ஆனந்தம்.

“இது யார் கொடுத்தார்?”

“அப்பா !”

“அப்பா யார்?”

“இதைக் கொடுத்தாரே அவர்.”

இவ்வளவுதான் அவனுக்கு அப்பாவைப்பற்றித் தெரியும்.

***

அந்தி வேளை. சூரியன் கடலிலே மறைந்தான். வீடுகளிலே எல்லோரும் தீபம் ஏற்றினார்கள். ஜயராமன் தன்னுடைய அம்மா சொற்படி, டார்ச்சு விளக்கை ராத்திரியிலேதான் அழுத்தி வேடிக்கை பார்ப்பது வழக்கம். அன்றைக்கு வீட்டில் ஒரே குழப்பம். லக்ஷ்மி துயரமே உருவாக இருக்கிறாள். அவளுடைய கணவனது உயிர் யமனுடன் போராடிக் கொண்டிருக்கிறது.

ஜயராமன் கையிலே ‘டார்ச்சு’ விளக்கை எடுத்தான். அழுத்தினான். விளக்கு ஏற்றிக்கொள்ளவில்லை.

அது அவிந்துவிட்டது. அதே சமயத்தில் லக்ஷ்மியின் மாங்கல்ய விலாஸத்துக்கு ஆதாரமாகிய விளக்கும் அவிந்தது. அவள் கணவன் நோய்ப்புழுக்களால் அரிப் புண்டு பாழ்பட்ட கும்பியாகிய உடம்பினின்றும் விடுபட்டான். ஒரே அழுகை.

"ஐயையோ! இந்த விளக்கு அணஞ்சுபோச்சு. இதை ஏத்தித் தாயேன்" என்று ஐயராமன் தன் தாயினுடைய முன்றானையைப் பிடித்து அழத் தொடங்கினான். எல்லோரும் அழும்போது அவனுக்கும் அழத் தோன்றியது. அதற்கு ஒரு காரணமும் ஏற்பட்டது. பலமாக அழத் தொடங்கிவிட்டான். இருதயத்தைப் பிளந்து கொண்டோடிய துயரத்தினால் அலைப்புண்ட அக்கூட்டத்தினருடைய அழுகையின் பெருங் கோஷத்திலே கள்ளங் கவடற்ற அந்தக் குழந்தையின் சிறு குரலும் கலந்து ஒன்றுபட்டது. அவர்கள் ஒரு விளக்கு அணைந்து விட்டதென்று அழுகிறார்கள்; அவனும் ஒரு விளக்கு அணைந்ததென்று தான் அழுகிறான்!

விஷப் பரீக்ஷை

திருவேங்கட முதலியார் நினைத்தால் எந்தக் காரியத்தையும் ஸாதித்துக் கொள்ளும் வல்லமை யுடையவர். எந்த வேலையையும் முன்பழக்கமின்றியே ஒழுங்காகச் செய்துவிடுவார். அவர் மேற்கொள்ளும் முயற்சிகளெல்லாம் சாமானியமானவையல்ல. கையில் ஒரு தம்பிடி இல்லாமல் ஜில்லாபோர்டில் இருபதினாயிரத்துக்கு ஒரு கண்டிராக்டு எடுப்பார். மிடாவை யெடுத்துக் குடத்தில் போட்டுக் குடத்தையெடுத்து மிடாவில் போட்டுத் 'தெகுடுதத்தம்' பண்ணிக் காரியத்தை நிறைவேற்றிவிடுவார். ஒரு பெரிய கம்பெனியைத் தொடங்குவார். நூறு ரூபாய் ஸம்பாதித்துக்கொண்டு பத்திரிகைகளில் பிரமாதமாக விளம்பரம் செய்துவிடுவார். ஒரு மானேஜர், ஒரு காரியதரிசி, சில குமாஸ்தாக்கள் எல்லோரும் வேண்டுமென்றும் முன்பணம் ஒவ்வொரு வரும் இவ்வளவு இவ்வளவு கட்டவேண்டுமென்றும் விளம்பரம் செய்துவிடுவார். ஒரு வாரத்தில் பணக் காரர்களுடைய மாப்பிள்ளைகள் முன்பணத்துடன் வந்து விழுவார்கள். அந்த முன்பணத்தை யெல்லாம் வைத்துக்கொண்டு கம்பெனியை ஆரம்பிப்பார்.

அவருடைய போக்கே ஒரு தனி மாதிரி, 'இப்படித்தான் சாமர்த்தியம் பண்ணுகிறார்' என்று ஒருவருக்கும் தெரியாது. அது பெரிய மூடுமந்திரமாக இருக்கும். எப்படியோ கம்பெனி ஆரம்பித்த நான்காவது மாதத்தில் வேலைக்காரர்களுடைய முன் பணங்களைப் பாங்கியில் போட்டுவிட்டு மூவாயிர ரூபாய் லாபப்பணத்தைக் குலுக்கிக் கொண்டிருப்பார்.

இந்திரஜாலம், மஹேந்திரஜாலம் என்று வேறு எவைகளையோ சொல்வார்கள்; அதெல்லாம் பொய். முதலியார் பண்ணுவதுதான் உண்மையான இந்திர ஜாலம். இன்றைக்கு ராத்திரி, பணமில்லாமல் இரண்டு வாழைப்பழத்தை உரித்துப் போட்டுவிட்டுப் படுப்பார். நாலாவது மாதத்தில் ஆயிரக்கணக்கில் அவர் கையில் பணம் கொஞ்சும்.

இப்படி நடந்து வருகிறது அவருடைய கம்பெனி யென்றால், 'இன்றைக்கு எவ்வளவு லக்ஷம் சேர்த்து வைத்திருக்கிறார்?' என்ற கேள்வியை அல்லவா நீங்கள் கேட்கிறீர்கள்?

"ஐயா, பிச்சை" என்றால் அவர் கைக்குத் தம்பிடியும் காலணாவும் வருவதில்லை. வெள்ளிக் காசைத்தான் வீசி எறிவார். மாமன் மகளுக்குப் பிள்ளை பிறந்ததென்று கடிதம் வந்தது. பதினோராம் நாள் புண்யா ஹவாசனத்துக்குக் காரில் போய் நின்றார். தொட்டில், குழந்தைக்குத் தங்க வளையல், தங்க அரைஞாண் முதலியவை , தாய்க்குப் புடைவை எல்லாம் சேர்ந்து இரண்டாயிர ரூபாய்க்குக் கணக்காகிவிட்டது.

எந்தமாதிரி சம்பாதிக்கிறாரோ அந்தமாதிரி செலவழிப்பதில் தீரர். அப்படியானால் கையில் காசு மிஞ்சுவதேது? அவர் கையில் பணம் இருக்கிறதென்று நம்பவே முடியாது.

2

வள்ளி, முதலியாரின் அருமைத் திருமகள். வசீகரமும் வனப்பும் வாய்ந்தவள். புஸ்தகப் பித்து அதிகம் உடையவள். எல்லாம் ஒருபுறம் இருக் கட்டும்; மாமன் மகன் பொன்னம்பலத்தினிடம் உயிரை அடகு வைத்தவள்.

இளமையிலிருந்தே பழகிய குழந்தைகள் அவர்கள். வள்ளி முதல் இங்கிலீஷ்ப் பாடத்தைக் கற்றுக் கொண்டது பொன்னம்பலத்தினிடந்தான். அவ்விருவர்களிடத்திலும் காணப்பட்ட அன்பை முறிக்க ஒருவராலும் முடியாது. கல்யாணம் பண்ணிக் கொள்ளும் முறையுடையவர்களாகையால் ஒருவரும் அவர்களுடைய விளையாட்டுக்குக் குறுக்கே நிற்கவில்லை .

வள்ளி பொன்னம்பலத்தை முன்போல் பார்த்துப் பழகுவதற்கு முடியாமற் போய்விட்டது. “என்ன இருந்தாலும் கல்யாணம் ஆன பிறகுதான் ஸ்திரீ புருஷர்கள்! வயது வந்த ஒரு பெண்ணை இப்படி ஒரு புருஷனிடம் பழகவிடலாமா?” என்று ஒரு கிழவி கூறிவிட்டால் மானம் போய்விடுமல்லவா? அறிவு வாய்ந்த வள்ளியின் அன்பென்னும் ஏரியையும் பொன்னம்பலத்தின் அன்பாகிய ஏரியையும் இடை யிலே விவாகம் என்னும் ஒரு வாய்க்கால் வெட்டிப் பிணைத்துவிடவேண்டும். அநேகமாகக் கல்யாணம் முடிந்துவிடும். சொந்தத்திற்குச் சொந்தம்; வெகு நாளாகத் தடையில்லாமற் பழகியவர்கள் ; கல்யாண மாகும் பருவம். இவைகளை விட வேறு என்ன வேண்டும்? வள்ளி தன் ஆருயிர்க்காதலனை உலகமறிய

அன்பனாக்கிக் கொள்ளும் காலத்தை ஒவ்வொரு நாளும் எதிர்பார்த்திருந்தாள். அவளுடைய மனம் குதூகலத் துடன் அந்த நாளுக்கு அப்புறம் நடத்தப்போகும் வாழ்விலே நீந்திக்கொண்டிருந்தது.

வள்ளியின் தாயும் தகப்பனாரும் இனிமேல் அவளுக்குக் கல்யாணம் செய்துவிடவேண்டுமென்று தீர்மானித்தார்கள். ரூபாய் பதினாயிரமாவது செல வழிக்கவேண்டுமென்பது முதலியார் விருப்பம். போன வருஷத்திலேயே ஏதோ பேச்சுவரும்போது, பொன்னம்பலத்தினிடமே அவர், "வள்ளிக்குக் கல்யாணம் பண்ணினால் இருபதினாயிர ரூபாயாவது செலவழிப்பேன். மாப்பிள்ளை ஆவென்று வாயைத் திறக்க வேண்டும்" என்று சொல்லியிருக்கிறார். இந்த வருஷத்தில் அவருடைய உதாரக்கை பையில் மூவாயிரத்துச் சில்லறை ரூபாய்களைத்தான் மிச்சம் வைத்திருக்கிறது. அவர் சொன்ன இருபதினாயிரத் துக்குப் போவது எங்கே? பதினாயிரத்துக்குத்தான் வழியேது? ஆனாலும் அவர் பயப்படவில்லை. எப்படியாவது 'தகல்பாஜி'த்தனம் பண்ணி எண்ணாயிரம் சேர்த்து விடலாமென்ற தைரியம் இருந்தது. பணம் வரட்டுமென்று காத்திருக்க அவருக்கு மனமில்லை. பணம் தம் தயவை எதிர்பார்க்கவேண்டுமேயொழியத் தாம் பணத்தின் தயவை எதிர்பார்ப்பதே இல்லை யென்பது அவர் அடிக்கடி கூறும் வீர மொழி. பொன்னம்பலம் பி.ஏ., பரீக்ஷையில் தேறிவிட்டான்; வள்ளிக்கும் பதினாறு வயதாகிவிட்டது. இனி, தாமதிப்பது பிசகென்று அவருக்குப் பட்டது.

3

“அவன் கிடக்கிறான் பிச்சைக்காரப் பயல்!” என்று சொல்லிக்கொண்டே காலை வீசிச் செருப்பைக் கழற்றி எறிந்தார் திருவேங்கட முதலியார். அவர் வரவை அவருடைய மனைவியும் வள்ளியும் ஆவலுடன் எதிர்பார்த்திருந்தார்கள். அன்றைக்குத்தான் பொன்னம்பலத்தின் வீட்டிற்குப் போய்க் கல்யாண விஷயத்தைப்பற்றிப் பேசிவருவதாகச் சென்றார் முதலியார். வந்தபொழுது அவர் சொன்ன கோப வார்த்தைகள் வள்ளிக்கும் அவள் தாய்க்கும் புரிய வில்லை .

“என்ன சமாசாரம்? போன காரியத்தைச் சொல்லாமல் என்னவோ பேசுகிறீர்களே” என்று கேட் டாள் முதலியார் மனைவி.

“காரியம் என்ன காரியம்? படித்து விட்டால் கவர்னர் வேலையே வந்துவிட்டதாகக் கனவு காண்கிறது! சரியாகப் பிழைக்கத் தெரியாத பையனுக்கு என்ன முடுக்கு இனிமேல் இவன் வேலைக்குப் போய்ச் சம்பாதித்து நல்ல நிலைக்கு வந்தபோதல்லவா இவனை நம்பிப் பெண்கொடுக்கலாம்? ஏதோ பழகின பாவத் துக்குக் கேட்டால் சாமர்த்தியத்தை என்னிடமே காட்டுகிறான்.”

“என்ன! நீங்கள் யாரைப்பற்றி என்ன சொல்கிறீர்கள் என்று சொல்லக்கூடாதா?”

“யாரைப்பற்றி – எல்லாம் அந்த மகா – ள – ள – ஸ்ரீ பொன்னம்பல முதலியாரவர்கள் பி.ஏ., இருக்கிறாரே, அவரைப்பற்றித்தான்.”

அருகில் மறைந்து கேட்டுக்கொண்டிருந்த வள்ளிக்குச் சமாசாரம் என்னவென்பது தெரியாமல் வயிற்றில் புளியைக் கரைத்தது.

“ஏன் அவ்வளவு கோபித்துக் கொள்கிறீர்கள்? அவன் கல்யாணம் செய்து கொள்ள மாட்டேனென்று சொல்லுகிறானோ?” என்றாள் முதலியாரின் மனைவி.

“அப்படி ஒரேயடியாகச் சொல்லிவிட்டால் அவன் கௌரவம் போய்விடுமல்லவா! வள்ளியைவிட அவனுக்கு யாரோ தேவலோக ரம்பை ஐசுவர்யங்களுடன் வருவது கெட்டுப் போகிறதோ? எப்பொழுதும் யாரையும் பூரணமாக நம்பிவிடக் கூடாது.”

“அவன் என்ன நம்பிக்கை மோசம் செய்தான்?”

“இருபத்தையாயிரம் ரூபாய்க்கு ஒரு குறிப்புத் தந்திருக்கிறான். அவைகளை யெல்லாம் செய்தாலொழியக் கல்யாணம் செய்துகொள்ள முடியாதாம்! அந்த இருபத்தையாயிரம் இருந்தால் ஒரு கழுதை கூட ஒரு பெண்ணைத் தலையில் வைத்துக் கூத்தாடுமே இவன் என்ன? படித்துவிட்டோமென்ற கர்வம்!”

“விவரமாக விஷயத்தைச் சொல்லக்கூடாதா?”

"இன்னும் என்ன விவரம் வேண்டியிருக்கிறது? இங்கேயிருந்து அவர்கள் வீட்டுக்குப் போனேன். உன் அண்ணாவிடம் பேசினேன். 'எனக்கு ஒன்றும் தெரியாது. இந்தக் காலத்தில் இந்தமாதிரி விஷயங்களில் பிள்ளைகளுடைய விருப்பத்தின்படியே விட்டு விடுவதுதான் நல்லது' என்று யோக்யமாகச் சொல்லி விட்டார். அவனிடம் பேசினேன். பல்லை இளித்தான்; உபசாரம் சொன்னான். பதினாயிரம் ரூபாய் ரொக்கமாகக் கொடுக்க வேண்டுமாம்; வயிரக்கடுக்கன் மண்ணாங்கட்டி தெருப்புழுதி எல்லாம் பதினாயிரத் துக்குச் செய்யவேண்டுமாம். பார்த்தாயல்லவா உங்கள் அண்ணன் வீட்டுச் சம்பந்தத்தை ! நம்மேற் பிசகு. வேறு யாரையாவது போய்க் கேட்டிருந்தால் சலாம் போட்டுக்கொண்டு கல்யாணம் செய்து கொள்வான்."

"நீங்கள் தான் பதினாயிரத்துக்குச் செய்வதாக முன்பே சொல்லியிருக்கிறீர்களே."

"லக்ஷரூபாய்க்குச் செய்வேன். அது என் இஷ்டம். இவனா கேட்கிறது? பணத்தையா கல்யாணம் பண்ணிக் கொள்ளப் போகிறான்? இவனுடைய பேராசை இப்பொழுதுதானே தெரிகிறது!"

"சரி, என்னதான் செய்யப்போகிறீர்கள்?"

"என்ன செய்வது? நானாக ஒருவன் பேச்சுக்கு அடங்கி நடப்பதென்பது இந்த ஜன்மத்தில் இல்லை. அவ்வளவு ரூபாயும் இப்பொழுது இல்லை. இவ்வளவு பணப்பைத்தியம் பிடித்தவன் கல்யாணம் ஆனபின்பு நம்முடைய பெண்ணை நன்றாக வைத்திருப்பா னென்று

எனக்குத் தோன்றவில்லை. எடுத்ததற் கெல்லாம் 'பணம் வாங்கி வா' என்று துரத்தியடித் தாலும் அடிப்பான்."

"அப்படியெல்லாம் சொல்லாதீர்கள். சட்டென்று வெட்டிப் பேசிவிட்டால் அப்புறம் ஒட்டாது . வள்ளிக்காகவாவது பார்க்க வேண்டாமா? இவளுடைய சந்தோஷத்தை நாம் கெடுக்கலாமா?"

தூண்மறைவிலிருந்து. விக்கி விக்கி அழுங்குரல் கேட்டது. வள்ளிதான் அங்ஙனம் அழுதாளென்பதைச் சொல்ல வேண்டுமா? முதலியாருக்குக் கொஞ்சம் கோபம் ஆறியது.

"சட்! பயித்தியம்! எதற்காக நீ அழுகிறாய்? எங்களுக்கு உன் சந்தோஷத்தில் கருத்தில்லையா?" என்றார் முதலியார்.

பின்பு சில நாட்களாக வியாபாரப் பேச்சு நடந்தது. பொன்னம்பலம் இருபதினாயிரத்திலிருந்து பதினையாயிரத்துக்கு இறங்கிவந்தான். ஆனாலும் அவன் மிடுக்கு மட்டும் வரவர அதிகமாயிற்றே ஒழியக் குறையவேயில்லை. முதலியாருக்கு ரோஷம் பொறுக்க முடியவில்லை; 'சீ இனி இந்தப் பயலிடம் கெஞ்சு வதில்லை' என்ற உறுதி கொண்டுவிட்டார்.

பாவம்! வள்ளியின் உயிர்தான் தேய்கிறது. தன் அருமைக்காதலன் இங்ஙனம் நடந்து கொள்வதை அறிந்து மிகவும் வருந்தினாள்; அவன் காலடியில் விழுந்து கெஞ்சிக் கேட்கலாமென்று நினைத்தாள்; கடிதமாவது எழுதி யாரிடமாவது அனுப்பலாமென்று எண்ணினாள். ஒன்றும் முடியவில்லை.

திருவேங்கட முதலியாருக்கு அந்த வருஷ முடிவில் இருபத்தையாயிர ரூபாய் லாபம் வந்தது. "கையில் தான் பணம் இருக்கிறதே; அவனுக்கு மனங்குளிரப் பண்ணிவிட்டு வள்ளியைக் கட்டிக்கொடுங்களேன். வள்ளி நமக்கு வேண்டுமென்றிருந்தால் அது செய்யுங்கள். அவள் உடம்பு பார்க்கக்கூடியதாக இல்லை. பெண்கள் மனசைப் புண்படுத்தும் பாவம் பொல்லாதது" என்று தம் மனைவி கூறுவதைக் கேட்ட முதலியார் பேசாமல் போய்விட்டார். பொன்னம் பலம் தம் இஷ்டப்படி நடப்பதாக வந்தாலொழியக் கல்யாணம் நடத்துவதில்லையென்ற முரட்டுப் பிடிவாதத்தில் அவர் ஈடுபட்டிருந்தார்.

4

இரண்டு வருஷகாலம் ஆயிற்று. அதற்குள் எத்தனை மாறுதல்கள் அதிக ஆசையினால் திருவேங்கட முதலியார் ஒரு பெரிய பாங்கியை ஏற்படுத்தி நஷ்டம் அடைந்தார். சொந்தக் கம்பெனியும் சீர்குலைந்தது. இரண்டாவது வருஷத்தின் முதலில், ஆறுமாத காலத்தில் அவருடைய உச்சநிலை தரைமட்டமாய்விட்டது. ஒன்பது மாதத்திற்குப் பிறகு பழைய நகைகளை விற்றுச் சாப்பிட ஆரம்பித்தார். பன்னிரண்டாவது மாதத்தில் புடவை களையும் விற்றுவிடத் தொடங்கினார்.

வள்ளி உலர்ந்த கிழங்காகிவிட்டாள். அவளுக்கு மனம் என்பது ஒன்று இல்லாமலே போய்விட்டது. ஆசையெல்லாம் வீணாகப் போய் அடுத்தபடி மரணம் ஒன்றுதான் பரிகாரம் என்ற நிலையில் அவள் இருக் கிறாள். அவளுடைய காதல் அணியப்படாத வைரத்தைப்

போலப் புறக்கணிக்கப்பட்டுக் கிடந்தது; ஆனாலும் நெகிழவில்லை; மூச்சுள்ளவரையில் நெகிழாது. வைரத்துக்கு நெகிழ்ச்சி ஏது?

5

அன்றுதான் அவர்களுடைய வாழ்க்கையில் ஒரு புதிய முறை தொடங்கப்படுகிறது. அதுவரை உண்டுவந்த அரிசிச் சோற்றை விட்டுக் கம்பங்களியைத் தின்னத் தொடங்கினர். அவர்கள் இருந்த நிலையென்ன வந்த நிலையென்ன இந்த வறுமையில் கல்யாணம் எங்கே! காதலன் எங்கே! ஸர்வம் மித்யை – எல்லாம் சொப்பனம்.

அந்த வீடு ஒரு சந்தில் உள்ள கூரை வீடு. வாசலில் என்றும் இல்லாதபடி மோட்டார் ஊதுகுழற் சப்தம் கேட்டது. உயர்ந்த உடை அணிந்து கொண்ட கோலத்துடன் உள்ளே ஒருவர் வந்தார். ''மாமா'' என்ற தழுதழுத்த குரலோடு அவர் உள்ளே நுழைந்தார். முதலியார் மெல்ல எழுந்து நிமிர்ந்து பார்த்தார். அவருக்குத் தாம் பார்ப்பது உண்மையோ பொய்யோ என்ற ஸந்தேகம் வந்துவிட்டது; அவர் தம் எதிரே பொன்னம்பலத்தையல்லவா காண்கிறார் !

"பொன்னம்பலமா? எங்கேயப்பா வந்தாய்? இந்தத் துர்ப்பாக்கிய நரகவாசிகளிடத்துக்கு நீ வரலாமோ?" என்று ஹீனஸ்வரத்தில் முதலியார் சொல்லும் பொழுதே துக்கம் மேலே பேசமுடியாத படி அவர் தொண்டையை அடைத்துக்கொண்டது.

“நான் என்னுடைய வள்ளியைக் கல்யாணம் செய்துகொள்ள வந்திருக்கிறேன். இது சத்தியம். தாங்கள் ஒன்றும் யோசிக்க வேண்டாம்.”

“வள்ளீ” என்று ஒரு வீரிட்ட சப்தம் போட்டுக் கொண்டு முதலியார் மூர்ச்சையாகி விழுந்துவிட்டார். அவருக்கு உண்டான உணர்ச்சிமிகுதி அவரை வீழ்த்திவிட்டது. ‘வள்ளியையுமல்லவா நமது தரித்திரத்தில் இழுத்துக் கொண்டோம்! அப்பொழுதே அவனை ஸமாதானப்படுத்தி அவளைக் கட்டிக்கொடுத் திருந்தால் அவள் நன்றாக இருப்பாளே! நம் பெண்ணுக்கு நாமே பகைவனாக வந்தோமே!’ என்று நாள் தோறும் எண்ணி எண்ணி மனம் புண்ணான அவருக்கு அந்த உணர்ச்சி உண்டாவது ஆச்சரியம் இல்லை யல்லவா?

“அத்தை, வள்ளி எங்கே?” என்று அருகில் விம்மி விம்மி அழுது கொண்டிருந்த அவள் தாயைக் கேட்டான் பொன்னம்பலம். அவள் பேசமுடியாமல் பக்கத்திலிருந்த ஓர் அறையைச் சுட்டிக்காட்டினாள்.

“வள்ளீ!” என்று கத்திக்கொண்டு உள்ளே போனான் பொன்னம்பலம். அவன் போட்ட சப்தத்தால், களைத்துப் போய்த் தன்னை மறந்து படுத்திருந்த வள்ளி திடுக்கிட்டெழுந்தாள்; பார்த்தாள்; ‘சீ! என்ன சொப்பனம்? அவர் எதற்கு இங்கே வருகிறார்?’ என்று, கலங்கிய கண்களை மூடிப் படுக்கத் தொடங்கினாள்.

“வள்ளீ! சொப்பனமல்ல. நான் தான், உன் னுடைய பொன்னம்பலம். உன்னை இந்த நிலையில் பார்த்தும் கண்ணைப் பிடுங்கிக்கொள்ளாத பாதகன் பொன்னம்பலம். வள்ளி! என்னைப் பார்.”

வள்ளியின் கண்கள் திறந்தன. அழுத கண்ணுடன் நின்ற பொன்னம்பலம் கீழே தொப்பென்று உட்கார்ந்தான். வள்ளி அவன் மடியில் விழுந்தாள். அந்த அறை முழுதும் கண்ணீர் மயமாயிற்று.

பொன்னம்பலம் வேறு பரீக்ஷையொன்றில் தேர்ச்சி பெற்று மாதம் ஐந்நூறு ரூபாய் சம்பளத்தில் ஆந்திரதேசத்தில் உள்ள ஓர் ஊருக்குப் போனான். அந்தக் காலத்தில் முதலியார் மிடுக்குடன் இருந்தார். பொன்னம்பலம் போனது முதல் தன் தகப்பனாருக்கு அவர்களைப்பற்றி விசாரித்து எழுதுவான். அவரோ ஒன்றும் எழுதுவதில்லை. ஊருக்குப் போகும் போது பார்த்துக்கொள்ளலாம் என்று இருந்து விட்டான் அவன். ஒரு வருஷங்கழித்து விடுமுறைக்கு வந்தான். திருவேங்கட முதலியாரின் கேவலநிலை தெரிந்தது. தன்னுடைய வள்ளியைப் பெற்றுக்கொள்வதற்கு ஓடி வந்தான்; கண்டான் ; வருந்தினான்.

அந்த ஆனி மாதம் பொன்னம்பலத்திற்கும் வள்ளியம்மைக்கும் மிகச் சிறப்பாகக் கல்யாணம் நடைபெற்றது. எல்லாச் செலவும் பொன்னம்பலமே போட்டுக் கொண்டான்; கல்யாணம் ஆன ஒரு மாதத்தில் வள்ளியையும் அவளுடைய பெற்றோர்களையும் அழைத்துக்கொண்டு ஆந்திரதேசம் போய் விட்டான்.

6

“நான் இறந்து போயிருந்தால் என்ன செய்திருப்பீர்கள்?” என்றாள் வள்ளி.

“எனக்கும் விஷம் இருக்கிறது” என்றான் பொன்னம்பலம்.

“அவ்வளவு தூரம் கல்மனசுடையவர்களென்று நான் உங்களை நினைக்கவேயில்லை.”

“அதை ஏன் திருப்பித் திருப்பிக் கூறிப் புண் படுத்துகிறாய்? விஷப்பரீக்ஷை பண்ணி மோசம் போய் விட்டேன். ‘இவர் ஊதாரிச் செலவு பண்ணுகிறார். ஒரு காலத்தில் இவர் திண்டாடும்படி நேரும்’ என் பதை முன்பே நான் எண்ணினேன். பின்பு அப்படி ஒரு காலம் வருமென்று எனக்கு நிச்சயமாகத் தெரியும். அதற்கு என்னடா வழியென்று பார்த்தேன். ‘இருபதினாயிரம் ரூபாய் இவரிடம் ஏதாவது சாக்குச் சொல்லிப் பெற்றுக்கொண்டால் பின்பு உதவி செய்யலாம்’ என்று எண்ணினேன். நாமொன்று நினைக்கத் தெய்வமொன்று நினைத்துவிட்டது. அவர் ஒரே முரடராக இருந்தார். நானும் வேலைக்கு வந்தேன். ஊரிலிருந்து உங்களைப்பற்றி ஒன்றும் சமாசாரம் தெரியவில்லை. ஆனாலும் இவ்வளவு சீக்கிரத்தில் இந்த நிலைக்கு வருவாரென்று நான் எண்ணவில்லை. ஊருக்குப் போய் இறங்கினேன். என் தகப்பனார்– முன்பு ஒரு வரிகூட எழுதாதவர்– சாவகாசமாக உங்கள் சரித்திரத்தைச் சொன்னார். நாம் நினைத்ததெல்லாம் வீணாகிவிட்டதே! முழுவதும் போவதற்கு முன் போய் ஏதாவது செய்யலாமா வென்று பார்க்கலாம்’ என எண்ணி ஓடிவந்தேன். என்னுடைய வள்ளியை உயிரோடே பார்க்கும் மட்டாவது என் அதிருஷ்டம் இருந்ததே!”

திருவேங்கட முதலியாரிடமிருந்து கல்யாணத்தில் பெற்றுக்கொள்வதைப் பின்பு சமயத்தில் உதவலா

மென்று பொன்னம்பலம் எண்ணிய எண்ணமே இவ்வளவுக்கும் காரணமாயிற்று. இப்பொழுதுதான் என்ன? விசாகபட்டணத்தில் முதலியார் பொன்னம்பலம் கொடுத்த ஐயாயிர ரூபாயை முதலாக வைத்து ஆரம்பித்த அச்சு நிலயம் அவருடைய அஸஹாய சூரத்தனத்தால் நல்ல நிலைக்கு வந்திருக்கிறது. அதற்கும் பொன்னம்பலந்தானே காரணம்? அவனுடைய விஷப்பரீக்ஷை எவ்வளவோ ஸங்கடத்தை உண்டாக்கினாலும் அவனுடைய உண்மைக் காதலையும் நிரூபித்துவிட்டது.

கிழவியின் நிழல்

வெயில்; படை பதைக்கும் வெயில். அந்த வெயிலில் கொத்தர்களும், கல் தச்சர்களும் வேலை செய்து கொண்டிருந்தார்கள். அவர்களுக்கு வேலையிலே கண். வெயிலின் வெம்மையை அவர்கள் அவ்வளவாக உணரவில்லை. ஆயிரக்கணக்கான கூலியாட்கள் அங்கே வேலை செய்து கொண்டிருந்தனர். நூற்றுக்கணக்கான சிற்பியர் தங்கள் கலைத்திறனைக் காட்டினர். சிவபாதசேகரன், சோழ சக்கரவர்த்தி, இராஜராஜ சோழன் நெடுநாட்களாக எண்ணி எண்ணிச் சங்கற்பம் செய்து கொண்ட காரியம் ; ஒரு பிரம்மாண்டமான ஆலயத்தைத் தஞ்சைமாநகரில் நிருமிக்க வேண்டுமென்று ஆர்வத்தோடு தொடங்கிய முயற்சி அது.
சோழ நாட்டிலுள்ள சிறந்த சிற்பிகளும் பிற நாட்டிலிருந்து வந்த சிற்பிகளும் அந்தப் பெரிய கோயிலின் நிருமாணத்திலே ஈடுபட்டிருந்தனர். சக்கரவர்த்தி நர்மதா நதியிலிருந்து பிரும்மாண்ட மான பாணலிங்கத்தைக் கொணர்ந்து ஜலவாஸம் செய்வித்திருந்தான். தஞ்சைக்கு மூன்று மைல் தூரத்திலிருந்து அந்த ஆலய விமானத்திற்குச் சாரம் கட்டியிருந்தார்கள். அந்த இடத்துக்குச் சாரப்பள்ள மென்னும் பெயர் இப்பொழுதும் வழங்குகிறது.

நாளுக்கு நாள் ஆலயம் உருப்பெற்று வந்தது. அதைக் கண்ட இராஜராஜன் உள்ளம் பூரித்தான்.

ஆலயவிமானத்தைச் சாத்தியமானால் வானளாவ நிருமித்து விடவேண்டுமென்பது அவன் ஆவல். அவன் மனம் அப்படி ஒரு கோபுரத்தைக் கற்பனை செய்து

பார்த்தது. அதன்படியே செய்வதென்பது மனிதனால் ஸாத்தியமா? மனம் கற்பனை செய்யும் வண்ணமே கை செய்துவிட்டால் அப்பால் தேவ லோகமென்று ஒன்று இருக்கவே நியாயமில்லை. அது பூலோகத்துக்குத் தாழ்ந்து பணிந்து வாழவேண்டியது தான். கடவுள் அப்படி அமைக்கவில்லை. மனிதனை நினைக்கப் பண்ணினார். நினைக்கும்படி யெல்லாம் செய்ய அவனுக்குச் சக்தி கொடுக்கவில்லை.

தன்னுடைய ஆவல் முழுவதும் நிறைவேறாவிடி னும் அதிற் சிறிதளவாவது நிறைவேற்ற முயல வேண்டுமென்று நிச்சயித்துக்கொண்டான் அரசன். சிற்பிகள் ஆலய விமானத்தை நிருமிக்கத் தொடங்கினர். அடிப்பீடத்திலே அவ்விமானத்தின் உயரத்திற்கு ஏற்ற பரப்பை அமைத்தார்கள். இராஜராஜனுடைய புகழ்போல, தமிழ் நாட்டுக் கலைச் செல்வத்தின் எழுச்சி போல, கோபுரம் வானை நோக்கி நிமிரத் தொடங்கியது.

விமானத்தின் மேல் வெயிலில் கருமமே கண்ணாக வேலை செய்துவந்த சிற்பியர்கள் சோழ சக்கரவர்த்தியின் அன்புக்குப் பாத்திரரானார்கள். உணவு முதலிய சௌகரியங்களிற் சிறிதும் குறைவின்றி அவன் ஏற்பாடு செய்திருந்தான். கலைஞர்களின் பெருமையை அவன் நன்கு உணர்ந்தவன். அந்த வெயிலில் அவர்களுக்குத் தாகம் உண்டாகுமானால் யாரேனும் சிற்றாள் வந்து நீர் கொடுப்பான். அது மிகவும் இனிமையாகவும் குளிர்ச்சியாகவும் இருக்கும். குளத்திலிருந்து எடுத்து வந்த நீரானால் அவ்வளவு தண்மை இராது. சிற்பிகள் அந்தத் தண்ணீர் அவ்வளவு குளிர்ச்சியாகவும், விளாமிச்சை வேரின் மணமுடையதாகவும் இருப்பதை உணர்ந்து,

“இது எங்கேயிருந்து வருகிறது?” என்று விசாரிக்கத் தொடங்கினர்.

ஒரு கிழவியின் கைங்கரியம் அது. ‘மகாராஜா எவ்வளவோ அன்பாக இந்தக் கோயிலைக் கட்டுகிறார். இவர்களெல்லாம் மிகவும் சிரத்தையாக வேலை செய்கிறார்கள். நாமும் இந்தக் கைங்கரியத்திலே கலந்து கொள்ள வேண்டும்’ என்று எண்ணினாள் அவள். ‘நம்மால் இயன்றது இதுதான்’ என்று நினைத்துத் தினந்தோறும் விடியற்காலையிலே எழுந்து பெரிய மிடாக்கள் நிறையத் தண்ணீரை நிரப்பி விளாமிச்சை வேர் முதலியன போட்டு வைத்திருப்பாள். வேலைக்காரர்கள் அங்கே வந்து தாகம் தீர்த்துக் கொள்ளுவார்கள். விமான வேலையில் ஈடுபட்டவர் களுக்குச் சிற்றாட்கள் கொண்டு போய்க் கொடுப்பார்கள்.

“இவ்வளவு சிரத்தையாக நமக்குத் தாகத்திற்குத் தண்ணீர் தரும் இந்தக் கிழவி யார்?” என்று சிற்பிகள் ஆச்சரியப்பட்டார்கள். அவளை வந்து பார்த்துச் சென்றார்கள். ஒவ்வொரு நாளும் மாலையில் வேலை முடிந்தவுடன் அந்தப் பாட்டியிடம் வந்து பேசிவிட்டுச் செல்வார்கள். அவளும் மிக்க அன்போடு அவர்களுக்கு ஏதேனும் சிற்றுண்டி தருவாள்.

இவ்வாறு பாட்டியின் பால் ஈடுபட்டவர்களுள் சிற்பியர் தலைவனும் ஒருவன். விமான வேலை நிறைவேறும் தறுவாயில் இருந்தது. அப்போது அவனுக்கு ஒரு யோசனை தோன்றிற்று. இந்த ஆலய நிர்மாணத்திலே உண்டாகும் புண்ணியத்தில் ஒரு பங்கு இந்தக் கிழவிக்குப் பகிர்ந்து கொடுக்க வேண்டுமென்று அவன் எண்ணினான்.

“பாட்டீ , நாளையோடு விமான வேலை முடிந்து விடும். மேலே கும்பம் வைக்க வேண்டியது தான் பாக்கி. இவ்வளவு நாள் நீ மிகவும் சிரமப்பட்டு எங்க ளுடைய தாகத்தைத் தீர்த்து வைத்தாய். உனக்கு அதனால் எவ்வளவோ புண்ணியம். உன்னுடைய பொருளாக அந்த ஆலயத்தில் என்றென்றும் நிலைத்திருக்கும் ஒன்றை வைக்க வேண்டுமென்பது என் ஆசை. ஏதாவது கொடு” என்றான் சிற்பியர் தலைவன்.

“நான் என்ன பெரிய காரியம் செய்துவிட்டேன்!! குளத்து ஜலத்தைக் குடியென்று சொன்னேன். அவ்வளவுதானே! நீங்களெல்லாம் எவ்வளவோ புண்ணியவான்கள். இந்த உலகம் உங்களைப் பாராட்டிப் புகழும். மகாராஜாவின் கீர்த்தி உலகம் உள்ளளவும் நிற்கும்” என்றாள் பாட்டி.

சிற்பியர் தலைவன் பாட்டியை லேசில் விடவில்லை. ஏதாவது கொடுத்துத்தான் ஆகவேண்டுமென்று வற்புறுத்தினான். “என்னிடம் தங்கம் வெள்ளியா இருக்கின்றன? இந்த வாசலிலே படியாக இருக்கிறதே, இந்தக் கல் தான் சிறிது உபயோகமாக உள்ளது. இதை வைத்துக்கொண்டு நீ என்ன செய்வாய்!” என்று அந்தக் கிழவி கூறினாள்.

“இதுவே போதும்; உன்னுடைய புண்ணியம் நிலைகொள்வதற்கு இதுவே அடையாளக் கல்லாக இருக்கும்” என்று சொல்லிவிட்டு அவன் ஓர் ஆளைக் கொண்டு அந்தக் கல்லைப் போர்த்து எடுத்துச் சென்றான்.

வானளாவ நிமிர்ந்து நின்றது கோபுரம். இராஜ ராஜன் வணங்காமுடி வீரன். அவன்கூடக் கழுத்து வலிக்க

நிமிர்ந்து பார்த்தான். அவனுக்கு உண்டான உவகைக்கு அளவேது? தன்னுடைய வாழ்விலே முக்கியமானதொரு காரியத்தை ஸாதித்துக்கொண்டவன் ஆனான். விமானத்தின் சிகரத்திலே கலசம் பதிக்கப்பெற்றது. ஆலயத்திலே மூர்த்திகளின் பிரதிஷ்டை வெகு விமரிசையாக நிகழ்ந்தது. சோழ நாட்டுக் கலைச் செல்வத்தின் கூம்பு , இராஜராஜ சோழனின் அன்புச்சிகரம், இராஜராஜேசுவரமென் னும் அத்திருக்கோயிலின் விமானம் தேவலோகத்தை எட்டிப் பிடிக்கவில்லையே யொழிய அது மனிதனுடைய செயற்கையின் உயரத்தை எட்டிப் பிடித்தது. பிருகதீசுவரருக்கு ஏற்ற பெரிய விமானமாக அது அமைந்தது.

கும்பாபிஷேகம் நடைபெற்றது. இராஜராஜ னுடைய பட்டாபிஷேகங்கூட அவ்வளவு சிறப்பாக நடைபெறவில்லை. அவன் முடிபுனைந்தது சோழ அரசின் உரிமையைப் பெற்றதற்கு மாத்திரம் அடையாளம். அதன்பின் அவன் பெற்ற வெற்றி, அவன் உள்ளத்துள் வளர்ந்து வந்த சிவபக்தி, அவனுக்குக் கலைலின் பால் இருந்த பேரன்பு இவ்வளவுக்கும் அடையாளமாக ஓங்கிநிற்கும் அத்திருக்கோயிலின் கும்பாபிஷேகம், சோழசக்கரவர்த்தியின் வெற்றிப் பிரதாபத்தையும் பக்தியையும் புகழையும் உலகம் அங்கீகரிக்கும் திருவிழாவாக அமைந்தது. ஜன சமுத்திரத்தின் இடையிலே அந்தக் கோபுரம் ஒரு கப்பலின் கூம்பு போல நின்றது.

இராஜராஜன் அன்று ஆனந்தக்கடலில் மூழ்கியிருந்தான். இறைவன் தான் எண்ணியதை நிறைவேற்றியருளினான் என்ற கர்வம் அவன் நெஞ்சி னுள்ளே ரீங்காரம் செய்தது.

'நாம் கிருதார்த்த மடைந்தோம்' என்ற திருப்தியோடு நில்லாமல், நாம் நம் ஆற்றலால் இதை ஸாதித்தோம்' என்ற அகங்காரமும் அந்த அன்புள்ளத்திலே தலைகாட்டியது.

இரவிலே அவன் பள்ளிக்கட்டிலிலே படுத்தான். உறக்கம் வருமா? உள்ளம் ஆனந்த அலை மோதிக் கொந்தளித்துக் கொண்டிருந்தது. அந்தக் கொந்தளிப் பிலே சிறிது அமைதி ஏற்பட்டது. கொஞ்சம் கண் அயர்ந்தான்.

"பிரபோ! இந்த ஏழையின் ஸங்கற்பத்தை நிறைவேற்றிய திருவருளை நான் பன்னிப் பன்னிப் பாராட்டுவதையன்றி வேறு என் செய்யவல்லேன்" என்று மனமுருகக் கண்ணீர் வழிய இராஜராஜன் கூறினான்.

அவன் எதிரிலே சைவத் திருவேடம் பூண்டு பிருகதீசுவரர் நின்றார். "நீ செய்ததெல்லாம் நல்லதே. உன்னுடைய அன்பினால் நிருமிக்கப்பட்ட ஆலயத்திலே ஒரு கிழவியின் நிழலிலே நாம் சுகமாக இருக் கிறோம்." இதுதான் அவர் பேசிய திருவார்த்தை. அப்பால் அவர் மறைந்துவிட்டார்.

அரசன் திடுக்கிட்டுக் கண் விழித்தான். அவன் மேனி முழுதும் மயிர்க்கூச்செறிந்தது. வேர்வை துளித்தது. 'இறைவன் கனவில் எழுந்தருளினான். நம் ஆலயத்திற் குடி கொண்டான். இது நான் பெற்ற பாக்கியம்!' என்று அவன் குதூகலித்தான். ஆனால்

அந்தக் குதூகலம் முழுசாக இல்லை; அதிலே ஒரு குறை இருந்தது : 'கிழவியின் நிழலிலே இருப்பதாகப் பரமேசுவரன் வாய் மலர்ந்தானே; அது என்ன?" என்று

யோசிக்கலானான். நாம் நிருமித்த ஆலயத்தில் கிழவியின் நிழல் எங்கே இருக்கிறது? கிழவியின் நிழலென்றால் என்ன? கிழவி யார்? அவள் எங்கே இருக்கிறாள்?' என்ற கேள்விகள் அவன் உள்ளத்தே எழுந்தன. 'அவள் யார்?' என்று பல தடவை வினவிக்கொண்டான். யார் சொல்வார்கள்?

அரசன் கண்ட கனவு மந்திரிகளுக்குத் தெரிந்தது. அவர்கள் விசாரிக்கத் தொடங்கினார்கள். அரசனுக்கு இருந்த உத்ஸாகம் திடீரென்று தடைப்பட்டு நின்றது. "இறைவன் திருவுள்ளத்திலே இருக்கும் அந்த முதிய புண்ணியவதி யார்? யார்?' என்று அரசன் உசாவிக் கொண்டே இருந்தான்.

சிற்பியர் தலைவனுக்குத்தான் ரகசியம் தெரியும். அரசன் பெருங் கவலைக்கு உள்ளாகியிருப்பதை உணர்ந்த அவன் அரசனை அணுகினான். விஷயத்தை வெளியிட அவன் மனம் துணியவில்லை. தான் செய்த காரியம் நன்றியறிவுக்கு அடையாளமாக இருப்பினும் அரசன் அதைப் பெருங் குற்றமாக எண்ணி விடுவானோ வென்று அவன் நடுங்கினான். பிறகு ஒருவாறு துணிந்து கூறத் தொடங்கினான்:

"மகாராஜா, நாங்கள் விமான வேலை செய்த காலத்தில் எங்களுக்கு மிகவும் குளிர்ந்த தண்ணீர் தந்து எங்கள் தாகத்தை ஒரு கிழவி போக்கினாள். அவளுக்குக் கைம்மாறாக எங்களால் ஒன்றும் செய்ய இயலவில்லை. அவளுடைய பொருள் ஒன்றை இந்த ஆலயத்திலே சேர்த்து விடவேண்டுமென்று எண்ணி அவளைக் கேட்டேன். அவள் தன் வீட்டு வாயிலில் இருந்த படிக்கல்லைத் தந்தாள். விமானம் நிறை வேறும்

தருணத்தில் இருந்தமையின் விமானத்தின் உச்சிக்கல்லாக அதை வைத்தேன். அது அங்கே நன்றாகப் பொருந்திவிட்டது" என்று அவன் கூறி முடிப்பதற்கு முன் அரசன், "ஹா! ஹா!" என்று விம்மிதனானான். அவன் கண்ணில் நீர் துளித்தது. சிறிது நேரம் அவன் தன்னையே மறந்திருந்தான். அவனுடைய கர்வம் பங்கப்பட்டு விட்டது. அவ்வளவு முயன்று செய்தும், அவன் நிருமித்த ஆலயத்திலே இறைவன் இருந்தும், பயனை நினையாமல் அன்பு செய்த கிழவியே இறைவனுக்கு நிழல் தரும் பாக்கியத்தைப் பெற்றாள்.

"அப்படியா! உங்களுக்கு நீரும், பகவானுக்கு நிழலும் தந்த அந்தப் புண்ணியவதியை நான் தரிசிக்க வேண்டும்" என்றான் அரசன்.

கிழவி வந்தாள். "தாயே, உன் பெருமையே பெருமை. எங்கள் மனத்திலே இறைவன் இருக்கிறான். அவன் திருவுள்ளத்திலே நீ இருக்கிறாய். உன் அன்பின் நிழலிலே அவன் வசிக்கிறான். நான் நிருமித்தேனென்று இறுமாந்திருக்கும் அந்தப் பெரிய கோயிலிலே, எனது அகங்காரத்தின் வெம்மையே சூழ்ந்திருக்கிறது. அதனிடையில் உன்னுடைய தன்னலமற்ற உபகாரத்தின் அடையாளமான கல்லின் நிழலிலே, உன்னுடைய அவ்யாஜமான பிரேமைக் குடையின் கீழ் என் குலதெய்வம், சோழகுல மூர்த்தி, விசுவமே தன்னுடைய உருவமான பிருகதீசுவரன் உளமகிழ்ந்து கோயில் கொண்டிருக்கிறான். நீ வாழ்க!" மன்னன் இவ்வாறு தன் உள்ளத்தைத் திறந்துவிட்டான். யாவரும் பிரமித்துப் போயினர்.

ஆறுமாத நட்பு

"எப்படிப் பாடுகிறார் பார்த்தீர்களா? ரவை எவ்வளவு அனாயாஸமாக உதிருகின்றது!" என்றார் அவர்.

"ஆமாம், நன்றாகத்தான் பாடுகிறார்; ஆனாலும் பாவம் மட்டு" என்றேன் நான்.

"என்ன. அப்படிச் சொல்லுகிறீர்கள்? ஒரு ராகத்தை எத்தனை நாழி பாடுகிறார்? ஒரு பல்லவியில் எவ்வளவு ஸங்கதி போடுகிறார்?"

"அதெல்லாம் சரிதான். காதுக்கு மட்டும் சில இடங்களில் குளிர்ச்சியாக விழவில்லை."

இப்படியாக எங்களுடைய சிநேகம் கிருஷ்ண கான ஸபையில் ஆரம்பமாயிற்று. கல்யாணக் கோர்ட்' திறக்கும் உத்தராயணம் அன்றைக்குத்தான் ஆரம்பம்; பொங்கற் புதுநாள். ஸ்ரீநிவாஸையருக்கு ஸங்கீத விமரிசனத்திறன் அவ்வளவு போதாதென்பது என்னுடைய தாழ்மையான அபிப்பிராயம். ஆனாலும் ஸங்கீதம் தெரிந்தவர் போலவும் மகா ரஸிகர் போலவும் காட்டிக்கொள்வார்.

எங்களுடைய பழக்கம், உத்தராயணத்தில் சூரியனுடைய உஷ்ணம் வரவர ஏறுகிறது போல ஏறியது. அடிக்கடி ஸங்கீத ஸபையிலும் பிராட்வேயிலும் கடற்கரையிலும் கோயிலிலும் நாங்கள் சந்தித்து வந்தோம்.

இவ்வாறு பழகிவந்ததனால் அவரைப் பற்றி நானும் என்னைப்பற்றி அவரும் தெரிந்து கொண் டோம். 'ஸர்வே ஆபீஸில் 150 ரூபாய் சம்பளத்தில் அவர் இருக்கிறார். மட்டுக் குடித்தனமாக இருந்து ஏதோ இரண்டு காசு சேர்த்து இப்பொழுது பெரிய குடித்தனம் நடத்துகிறார். பெரிய பெரிய மனுஷ்யர் களெல்லாம் அவருக்குப் பழக்கம். அவருக்கு 13 வயசுக்கு மேலே 14 வயசுக்குள்ளே ஒரு பெண் இருக் கிறாள். அவள் ஸங்கீதங்கூடக் கற்றுக்கொள்கிறாள். அவர் அப்பட்டமான வடதேசத்து வடமர். கோத்திரம் கௌசிக கோத்திரம் – இவ்வளவு விஷயங்கள் நான் அவரிடமிருந்து சேகரித்தவை. இவைகளிற் பெரும்பாலானவை நான் வேண்டாமலே அவராகத் தெரிவித்துக் கொண்டவை.

ஸ்ரீநிவாஸையர் பலவிதமாகக் குறுக்குக் கேள்விகள் போட்டு என்னிடமிருந்து தெரிந்து கொண்ட விஷயங்கள் பல உண்டு. அவைகளில் முக்கியமானவை வருமாறு:

'நான் ஹாம்டன் கம்பெனியில் மானேஜர். எனக்கு ரூ. 200 சம்பளம். என்னுடைய 20 வயசுப் பிள்ளை சுந்தரேசன் பி. ஏ., பரீக்ஷையில் தேர்ச்சி பெற்றுவிட்டுச் சும்மா இருக்கிறான். அநேகமாக அவனுக்கு எங்களுடைய கம்பெனியிலேயே வேலை யாகிவிடும். நானும் வடமப் பிராமணன்; பாரத்வாஜ கோத்திரம்.'

ஒருநாள் அவர் வற்புறுத்தி என்னைத் தம்முடைய வீட்டுக்கு வரவேண்டுமென்று தொந்தரவு பண்ணினார்; நான் போயிருந்தேன். பிரமாதமாக உபசாரமெல்லாம் செய்தார். தம்முடைய பெண்ணைக் கூப்பிட்டு அன்று

பாடச் சொன்னார்; அவளுக்கு அன்று விசேஷமாக அலங்காரம் செய்திருந்தார்கள்.

அவள் பாடினாள்.

"எப்படியிருக்கிறது பாட்டு?" என்று என்னைக் கேட்டார்.

"தேவலை" என்று சொன்னேன்.

"என்ன, ஸார், பண்ணுகிறது? நல்ல பாட்டு வாத்தியார் கிடைப்பதில்லை. இருக்கிறவர்களைக் கொண்டு சரிப்படுத்த வேண்டியிருக்கிறது. இந்தக் குட்டிக்கு ஸங்கீதமென்றால் பைத்தியம். ஸதா பாட்டுத்தான்."

அப்படி ஸங்கீதப்பித்துடையவளாக அந்தப் பெண் எனக்குத் தோற்றவில்லை. யாரோ மூன்றாந் – தரத்துப் பாட்டு வாத்தியாரோ அல்லது வீட்டிலுள்ள பெண்களோ சொல்லிக் கொடுத்திருக்க வேண்டும். அபஸ்வரங்கள் அபரிமிதமாக அவள் பாடும் போது இருந்தன. ஆனாலும் அதை ஸ்பஷ்டமாக நான் சொல்லலாமா?

"ஒன்று உங்களைக் கேட்கலாமென்று இருந்தேன் : உங்களுக்கு ஸங்கீதத்தில் அதிக விருப்பம் இருக்கிறதே. உங்கள் வீட்டில் எல்லோருக்கும் அப்படித்தானோ?"

"ஆமாம்; என்னுடைய பையன் எல்லா ஸங்கீத ஸபைகளிலும் அங்கத்தினனாக இருக்கிறான்."

"அப்படிச் சொல்லுங்கள். ஆமாம். இந்தக் காலத்தில் காலேஜ் பிள்ளைகள் ஸங்கீதப் போட்டிகளில்

பரிசுபெறுகிறார்கள். சிலபேர்கள் வித்துவான்களைக் காட்டிலும் அருமையாகப் பாடுகிறார்கள்.''

"உங்கள் பெண்ணுக்கு யார் பாட்டுச் சொல்லித் தந்தார்?''

"ஆங் என்னவோ சொல்லித் தந்தான். எங்கள் ஊர் நட்டுவன் ஒருத்தன் இங்கே கொஞ்சகாலம் வந்திருந்தான். அவனைச் சொல்லித் தரச் சொன்னேன். உங்களுக்கு யாராவது நல்ல வாத்தியாராகத் தெரிந்தால் சொல்லுங்களேன்.''

"அப்படியே செய்கிறேன்.''

எனக்குச் சில ஸங்கீத வித்துவான்களின் பழக்கம் இருந்தது. அவர்களில் ஸங்கீத 'ட்யூஷன்' சொல்லிக் கொடுத்து ஜீவனம் செய்யும் ஒருவரை ஸ்ரீநிவாஸையர் வீட்டுக்கு அனுப்பினேன். மறுமுறை சந்தித்த போது ஸ்ரீநிவாஸையர் என்னை மிகவும் பாராட்டினார்.

"என்ன இருந்தாலும் தெரிந்தவர்களைக்கொண்டு ஒரு காரியம் பண்ணினால் அதன் சிலாக்கியமே வேறு தான்'' என்றார் அவர்.

"எதை நினைத்துக்கொண்டு இதைச் சொல்கிறீர்கள்?'' என்று நான் கேட்டேன்.

"இத்தனை வருஷகாலமாக ஒரு ஸங்கீத வாத்தி யாருக்காக நான் பட்ட சிரமம் கணக்கு வழக்கில்லை. வெறும் டம்பாசாரிகளாக இருக்கிறார்கள்; சரக்கு இருப்பதில்லை. சரக்கு இருந்தால் நடவடிக்கை யிலே

கோணல். பாருங்கள் : பக்கத்து வீட்டுப் பெண் ஒருத்திக்கு ஒரு ஸங்கீத வித்துவான் பாட்டுச் சொல்லிக் கொடுத்துக்கொண்டு வந்தான். என்னவோ பொடி போட்டு மயக்கி அந்தப் பெண்ணைச் சினிமா வில் சேர்ந்து கொள்ளும்படி பண்ணி விட்டான். யாரையும் நம்பமுடியவில்லை. இந்தச் சங்கடம் உங்களால் நிவர்த்தியாயிற்று.''

அவர் மேலும் உரைத்த புகழ் மாலைகளுக்கு அளவேயில்லை.

மற்றொரு நாள் ஸ்ரீநிவாஸையரைக் கடற்கரையிலே சந்தித்தேன்.

''நம்ம குட்டிக்கு இந்தத் தடவை கல்யாணம் செய்துவிடலாமென்று யோசனை. உங்கள் பிள்ளை ஜாதகத்தைத் தாருங்கள்; பார்க்கலாம்'' என்றார். இவ்வளவு நாள் என்னிடம் ஆதரவு காட்டிப் பேசிய தற்குக் காரணமும் அவர் கருத்தும் முன்பே நான் ஊகித்திருந்தேன்; இப்பொழுது அவை நிச்சயமாகத் தெரிந்தன.

''அதற்கென்ன, பார்க்கலாம்'' என்று சொன்னேன்.

நான் அனுப்பிய ஸங்கீத வித்துவானுக்கு மாதம் முதல் தேதியிலேயே சம்பளம் வந்துவிடும். அந்த வித்துவானிடம் அவர் சிஷ்யையைப்பற்றி விசாரித்தேன்.

''என்னவோ கடனுக்குச் சொல்லித் தருகிறேன். மாதம் மாதம் தவறாமல் சம்பளம் வந்துவிடுகிறது. காபி, டிபன்

முதலிய உபசாரங்களுக்குக் குறைவில்லை" என்றார் அவர்.

நான் என் குமாரனது ஜாதகத்தை அனுப்பவேயில்லை. ஸ்ரீநிவாஸையர் கண்ணில் படாமலே இருந்து வந்தேன். அவர் பாட்டு வாத்தியாரை விசாரித்துப் பார்த்தார். "அவருக்கு எவ்வளவோ வேலை" என்று வாத்தியார் சொல்லிவிட்டார்.

சித்திரை மாதம் முடிவடைந்தது. வைகாசி மாதம் ஆரம்பமாயிற்று. ஸ்ரீநிவாஸையர் அடிக்கடி எங்கள் வீட்டிற்கே வரலானார். ஜாதகம் கொடுக்கும்படி கேட்பார். நான் ஏதாவது சாக்குச் சொல்லி விடுவேன். கடைசியாய் அவருக்கு மனம் புளித்து விட்டது.

ஆனி மாதம் இரண்டாம் வாரம்; ஒரு நாள் பாட்டு வாத்தியார் சிறிது வருத்தத்தோடு வந்து நின்றார்.

"என்ன சமாசாரம்?" என்று நான் கேட்டேன்.

"பாட்டுப் போதும்; நீங்கள் நாளை முதல் நின்று கொள்ளுங்கள் என்று சொல்லிவிட்டார் உங்கள் நண்பர்" என்றார்.

நான் சிறிது யோசித்தேன். "சரி; நான் ஒரு ஜாதகம் தருகிறேன். அதை நாளைக்கு அவரிடம் கொண்டு போய்க் கொடுத்துவிட்டு வாருங்கள்" என்று சொல்லி என் பிள்ளையின் ஜாதகத்தைக் கொடுத்தேன்.

மறுநாள் நான் எதிர்பார்த்தபடியே வாத்தியார் மிகவும் குதூகலத்தோடு வந்தார்; "நீங்கள் ஏதோ மந்திரம் பண்ணியிருக்கிறீர்கள்! நான் கொடுத்த ஜாதகத்தை அவர் பார்த்தார். கண்ணில் ஒற்றிக் கொண்டார். அப்புறம் திடீரென்று என்னைப் பார்த்து, ராத்திரியெல்லாம் யோசித்துப் பார்த்தேன். இந்தக் காலத்துக் குழந்தைகளுக்கு எவ்வளவுக் கெவ்வளவு பாட்டுச் சொல்லிக் கொடுக்கிறோமோ அவ்வளவுக்கவ்வளவு நல்லதென்று தோன்றியது. வீட்டிலும் அப்படித்தான் அபிப்பிராயப்பட்டார்கள். ஆகையால் பழையபடியே நீங்கள் வாருங்கள். இந்த இரண்டு நாளும் பாடம் இல்லாமற் போனாலும் பரவாயில்லை. குட்டிக்கு லீவு விட்டது போல் ஆயிற்று' என்று சொன்னார். எனக்கு ஆச்சரியமாக இருந்தது" என்றார்.

மறுபடி வாத்தியார் தம் சிஷ்யைக்குப் பாடஞ் சொல்லிக்கொடுக்கத் தொடங்கினார். இரண்டு நாள் கழித்து ஸ்ரீநிவாஸையர் எங்கள் வீட்டுக்கு வந்தார். "முதல் தரமான பொருத்தம். இதைக்காட்டிலும் வேறு ஜோடியே இணையாதென்று ஜோஸ்யர் சொல்லிவிட்டார்' என்றார். அவர் தெளிவாகப் பேசாவிட்டாலும் எனக்கு விஷயம் விளங்கிவிட்டது.

நானும், "பார்க்கிறேன்" என்று சுருக்கமாக விடை கூறி அவரை அனுப்பினேன். என் குமாரனுக்கு வேறு ஓர் இடத்தில் விவாகத்திற்கு ஏற்பாடு ஆகிக்கொண்டிருந்தது.

ஆனி மாதம் கடைசி வாரம் ஸ்ரீநிவாஸையர் எங்கள் வீட்டிற்கு வந்தார். அப்பொழுதுதான் என் பிள்ளைக்குப் பெண் கொடுப்பதாக ஏற்பாடுகளெல்லாம் ஆகி முகூர்த்தம் எப்போது வைத்துக் கொள்ளலாமென்று

தோட்டக்காரன்

ராமசாமி முதலியார் தம்முடைய உத்தியோக காலத்தில் சம்பாதித்த பணமெல்லாம் இப்பொழுது இருந்த இடம் தெரியவில்லை. அவர் தம்முடைய வாழ்க்கையில் மிகவும் அருமையாகப் போற்றி வந்த பங்களாவைக்கூட அவர் குமாரர் விற்றுவிடத் துணிந்துவிட்டார். தம்முடைய கிராமமாகிய செந்தாரப்பட்டிக்கே போய் இருக்கிற நிலங்களைப் பார்த்துக்கொண்டு காலங்கழிக்கலாம் என்று எண்ணி, கண்ணப்ப முதலியார் தம் தந்தையார் அருமையாகப் பாடுபட்டு அழகாகக் கட்டிய பங்களாவை விற்க ஏற்பாடு செய்தார்.

பங்களா வென்றால் அது சாமானியமானதா? ராமசாமி முதலியார் கடைந்தெடுத்த பேர்வழி. சுகமாக இருக்க வேண்டுமென்பது அவருடைய கொள்கை. கடன் வாங்கியாவது தம் கெளரவத்தைக் காப்பாற்றிக்கொள்ள வேண்டியது தான் புருஷலக்ஷண மென்பது அவர் கருத்து. மொஹிதீன் மரக்காயர் கம்பெனியில் அவர் மானேஜர் வேலை பார்த்தார். கட்டட வேலைக்காரர்களையும், எஞ்சினீர்களையும், கண்ட்ராக்டர்களையும் அவர் நன்றாக அறிவார். பொறுக்கி எடுத்த உறுதியான சாமான்களால் அவர் தம்முடைய பங்களாவைக் கட்டினார். அதன் அமைப்பு மிகச் சிறந்தது. ஒரு மைல் சுற்றளவுள்ள இடம் வாய்த்திருக்கும் போது அவருடைய மனோபாவத்துக்கு ஏற்றபடி மாளிகையை நிர்மாணிக்கப் பஞ்சம் இல்லையே. பணத்தையும் தாராளமாக வீசினார். பங்களாவின் கட்டடத்தைவிட அதைச் சுற்றி அமைந்த சோலையழகுதான் சிறந்ததாக இருந்தது. நவநவமான புஷ்பச்செடிகளும் மேல் நாட்டுக் 'குரோட்டன்ஸ்'

வகைகளும் கண்ணுக்கு ரம்யத்தைத் தரும் கொடி வகைகளும் லதாக்கிருகங்களும் ஊற்றுக்களும் அந்த வனத்திற்கு அழகை அளித்தன. பங்களாவின் பின் புறத்தில் மாதுளை, கொய்யா, ஒட்டுமாமரம் முதலிய பழமரங்களை வைத்து வளர்த்தார்.

அவருக்குத் தக்கபடி தோட்டக்காரன் அமைந்தான். குப்புசாமிக்குத் தோட்ட வேலை நெடுநாட் பழக்கம். முதலியாருடைய தோட்டத்தில் இன்ன மூலையில் இன்ன செடி இருக்கிறதென்பது அவனுக்கு நிருடியாக இருந்தது. அவன் மனத்தில் அந்தச் சிங்காரவனத்தின் படம் சோபையோடு விளங்கியது. அவன் கூலிக்கு மட்டும் வேலை செய்யவில்லை. அந்தச் செடிகளையும் மரங்களையும் கொடிகளையும் பார்ப் பதில் அவனுக்கு ஒரு தனி ஆனந்தம். "குப்புசாமி இல்லாவிட்டால் இந்த இடம் இப்படி அமையுமா?" என்று முதலியார் சில சமயங்களில் அவனைப் பாராட்டுவார்.

முதலியாரிடம் குப்புசாமி சொல்லும் யோசனை ஒன்றும் தவறாது. அவனுக்கு அந்தத் தோட்டத்தை விருத்தி பண்ணுவதில் எவ்வளவோ ஆவல்! ஊரிலுள்ள தோட்டக்காரர்களைச் சினேகம் பிடித்து அங்கங்கே பங்களாக்களில் புதிது புதிதாக வரும் செடியையும் கொடியையும் பார்த்து எப்படியாவது ஒன்று சம்பாதித்துத் தன் தோட்டத்திலே கொண்டு வந்து வளர்ப்பான். தன் தோட்டமென்றே அவன் அதை நினைத்து வந்தான். அங்கேயுள்ள செடிகளில் ஒன்று யாராவது முதலியாரிடம் கேட்டால் அவர் தாக்ஷிண்யமில்லாமல், "எனக்குத் தெரியாது; குப்புசாமி கொடுத்தால் வாங்கிக்கொள்ளுங்கள்" என்று சொல்லிவிடுவார்.

அந்தச் செடிகளில் தான் அவனுக்கு எத்தனை ஆசை ! அவனுக்கு வயசு அறுபதுக்குமேல் ஆகிறது. அழகையும் வாஸனையையும் அனுபவிக்கும் காளைப் பருவத்தைத் தாண்டி எவ்வளவோ வருஷமாகிறது. ஆனாலும் அந்தப் பூக்களிலே அவனுக்குப் பாசம் அளவற்றதாக இருந்தது. இரண்டு நாளுக்கு முன் வைத்த பூங்கொடியில் ஒரு தளிர் விட்டிருந்தால் அவனுக்கு ஒரு மோஹரா கொடுத்தால் கூட அத்தனை சந்தோஷம் வராது; அப்படிச் சந்தோஷப்படுவான். அந்தத் தளிரை நாலு பக்கமும் சுற்றிச் சுற்றிப் பார்ப் பான். மலடிக்கு மகன் பிறந்தால், குருடனுக்குக் கண் தெரிந்தால் – இப்படி அடுக்கிப் பாருங்கள் – எத்தனை மகிழ்ச்சியோ அத்தனை மகிழ்ச்சி அந்தப் பூங்கொடியில் முதற் பூவை அவன் கண்டுவிட்டால் உண்டாகும். அதை உடனே முதலியாருக்குத் தெரிவிக்காவிட்டால் அவன் மண்டை வெடித்துப்போகும்.

அவன் குதூகலத்தோடு ஓடிவரும்போதே முதலியார் உண்மையை உணர்ந்து கொள்வார். ” ஏண்டா குப்புசாமி; இன்றைக்கு ஏதோ புதுப்புஷ்பம் உண்டாயிருக்கிறது போல் இருக்கிறதே?” என்று புன்னகையோடு கேட்பார்.

“அதோ அந்த மூலையில் வைத்த சம்பங்கிக் கொடி பூத்திருக்கிறது, எசமான்” என்று சந்தோஷத்தோடு அவன் பதில் சொல்வான்.

குப்புசாமிக்கு வேலை நேரம் என்பது இல்லை. அவன் எப்பொழுதும் தோட்டத்தில் தான் இருப்பான். எப்பொழுதாவது வீட்டுக்குப் போவான். அவனுடைய மகள் வள்ளிக்குங்கூடத் தன் கையால் ஒரு பூவை

ஒடித்துக்கொண்டு போய்த் தரமாட்டான். புஷ்பங்களை அந்த அந்தச் செடிகளிலோ கொடி களிலோ இருக்கும்போது பார்த்துக்கொண்டே இருப்பதுதான் அவனுக்கு ஆனந்தம். "ஏன் எசமான், பறவையின் சிறகை ஒடிப்பது போலப் பூவைக் கொத்தோடே ஒடித்து வைக்கிறதில் என்ன லாபம்? குழந்தையின் கையை ஒடித்தால் பாவமென்று சொல்கிறார்கள். மரம் செடி கொடிக்குக்கூட உசிர் இருக் கிறதாமே. அந்தக் கொடிகளிலும் செடிகளிலும் உள்ள பூவைப் பறிப்பது மட்டும் பாவமல்லவா?"

என்று அவன் முதலியாரைக் கேட்பான். முதலியாருக்கு அது அசட்டுக் கேள்வியாகப் படும். அவன் குழந்தைக்கும் கொடிக்கும் வித்தியாசம் காணவில்லை யென்பதை அவரால் பூர்ணமாக அறிய முடியவில்லை. "பூவைப் பறிக்கிறது குற்றமானால் பின் எதற்குத்தான் செடி கொடிகளை வளர்ப்பது?" என்று எதிர்க்கேள்வி போடுவார் முதலியார்.

"ஏன்? குழந்தையின் முகம் அழகாயிருக்கிற தென்றால் அதைக் கழுத்திலிருந்து திருகியா அழகு பார்க்கவேண்டும்? அந்தக் கழுத்தில் இருந்தபடியே பார்க்கிறது தானே நல்லது? பூவையும் கொடியிலிருந்த படியே பார்க்கிறது எவ்வளவு ஆனந்தமாக இருக்கிறது!"

மறுபடியும் குழந்தையும் கொடியும் குப்புசாமிக்கு ஒன்றாகத் தோற்றுவதை முதலியாரால் அறிந்து கொள்ள முடியவில்லை. "அப்படியானால் நாம் காய்கறி சாப்பிடுவது பாவம். கொடியில் இருந்தபடியே பார்த்துக் கொண்டிருந்தால் வயிறு நிரம்பிவிடும்" என்று பரிகாசத்தொனியோடு அவர் கூறுவார். குப்புசாமிக்கு

அவர் சொன்னது புரிவதில்லை. 'அதில் நிசம் இருக்கிறதென்று தெரிகிறது. வயிறு நிரம்பவும் வேணும்; காய்கறிகளைப் பறிக்கவும் கூடாது' – இந்த முரண்பாட்டை அவனுக்குத் தெளிவாக்க முடிய வில்லை. ஆனாலும் கொடியும் குழந்தையும் அவனுக்கு ஒன்றுதான்.

சேலத்திலிருந்து வருவித்து வைத்த ஒட்டு மாஞ் செடியை அவன் உயிர்போலக் காத்து வந்தான். அதற்கு என்ன என்ன. உபசாரம் செய்ய வேண்டுமோ அவ்வளவும் செய்தான். "இந்த மரம் பூத்துக் காய்த்துப் பழுத்துத் தானே உதிரும்போது அந்தப் பழத்தைத் தின்ன வேணும், எசமான்" என்று முதலியாரிடம் முன்பே விண்ணப்பித்துக் கொண்டிருந் தான். அவனுக்கு மற்றச் செடி கொடிகளில் இருந்த பிரியத்துக்கு எத்தனையோ மடங்கு அதிகமான பிரியம் அந்த ஒட்டு மாமரத்தினிடம் உண்டாயிற்று. அதிலிருந்து உதிர்ந்த இலை என்ன பெறும்? அதை எடுத்து மோந்து பார்ப்பான்! கண்ணில் ஒற்றிக் கொள்வான். பழுப்பிலையை எசமானுக்குப் பல் தேய்க்கக் கொடுப்பான். அன்பு முற்றினால் அது பைத்திய மாகுமாம். குப்புசாமிக்கு அந்த மாமரத்தினிடம் பித்துத்தான் பிடித்திருந்தது.

குப்புசாமிக்குக் கல்யாணம் நடந்து நாற்பது வருஷங்களுக்கு மேல் ஆகின்றன. அவனுக்குக் கல்யாணம் நடந்த அன்று உலகஸ்வபாவத்துக்கேற்ப ஒரு சந்தோஷம் இருக்குமல்லவா? அவனுக்கும் அந்தச் சந்தோஷத்துக்குக் குறைவில்லை. ஆனால் இன்றைக்கு அவனுக்கு உண்டான சந்தோஷம் என்றும் இருந்த தில்லை. வள்ளி பிறந்தபோது உண்டான மகிழ்ச்சி இந்தச் சந்தோஷத்தில் லக்ஷத்தில் ஒரு பங்குதான் என்று

சொல்லவேண்டும். அத்தனை உத்ஸாகம், பூரிப்பு, மெய்ம்மறந்த ஆனந்தம்! கள்ளா குடித்து விட்டான்? இல்லை, இல்லை. எத்தனை களியாட்டம்! முகத்தில் அவனுடைய ஹிருதயத்திலுள்ள இன்ப சாகரம் பொங்கி வழிகிறது! புதையலையா எடுத்து விட்டான்? ஒன்றும் இல்லை. அவன் வளர்த்த ஒட்டு மாஞ்செடி அன்று அரும்பியிருக்கிறது. அடாடா! என்ன உச்சஸ்தாயியில் அவன் கண்டம் இன்றைக் குப் பேசுகிறது! ஏதேது, அவனுக்கு இருந்த ஆனந்தம் அவனுடைய மூளையையே கலக்கிவிட்டாலும் விடலாம்.

'இனிமேல் காய்க்கும்; பழுக்கும். பழுத்து விழுந்ததைத்தான் எசமானுக்குக் கொடுப்பேன். அப்பொழுது தான் அதற்கு ருசி அதிகம்' என்று அவன் மனோராஜ்யம் பண்ணினான். அந்த மாம் பூவின் மணம் தென்றலில் வீச அச்செடியின் நிழலிலே தன்னுடைய மேல் துணியை விரித்து அவன் படுத்திருந்தான். அவனுக்கு அப்பொழுது இருந்த மனச்சாந் திக்கு எதை உபமானமாகக் கூறலாம்? பரம உபசாந்த நிலையில் பேரானந்தம் அனுபவிப்பதாக வேதாந்திகள் புஸ்தகத்திற் படித்ததை ஒப்பிக்கிறார்களே, அதைச் சொல்லலாமா? காதலர்களுடைய உள்ளம் பிரேமை என்னும் மின்சாரத்தால் இணைக்கப்பட்டு ஒன்றிய காலத்து உண்டாகும் இன்பத்தைச் சொல்லலாமா? எல்லாம் ஒருபடி மட்டந்தான்.

ஐயோ! மனிதனுக்குத்தான் எத்தனை ஆசாபங்கம்! அவன் வாழ்வின் ஒவ்வொரு கணத்திலும் மரணதேவன் எட்டிப் பார்க்கிற அதிசயத்தை எப்படி அறிய முடிகிறது? முதலியாரது இன்பவாழ்க்கையில் மலேரியா ஜுரத் தூதனை முதலில் விட்டு மரணதேவன் புகுந்துவிட்டான்.

அவர் இறந்தார். அவர் பிள்ளை கண்ணப்ப முதலியார், சொத்துக்குக் கணக்குப் பார்த்தார்; "இனி, பட்டணத்தில் இருப் பதில் பிரயோஜனம் இல்லை" என்று துணிந்தார்.

குப்புசாமிக்கு அவன் எதிர்பார்த்த இன்பம் மலரும் பருவத்தில் இடிவிழுந்தது போலே இருந்தது. முதலியார் போனது கூட அவ்வளவு வருத்தமில்லை. அவர் பிள்ளை பங்களாவை விட்டுவிட்டு, தான் வளர்த்த உயிருக்குயிரான தோட்டத்தை விட்டு விட்டுப் போகப்போகிறாரென்பதை அறிந்த போது, அவன் ஹிருதயத்தில் ஓர் ஊசி தைத்தது. 'இந்தப் பங்களாவை யார் வாங்குவார்களோ! நம்மை வைத்துக் கொள்ள அவர்கள் சம்மதிப்பார்களோ! வேறு எந்தப் படுபாவியாவது வந்துவிடுவானோ" என்று எண்ணி ஏங்கினான், 'இந்தத் தோட்டத்தை விட்டால் என் உயிர் நில்லாது. கூலியில்லாமல் சும்மா வாவது வேலை செய்கிறேனென்று கேட்கிறேன். இல்லையானால் இந்த உலகத்தில் வாழ்வதற்கு நமக்கு வேறு என்ன இருக்கிறது?' என்று நினைந்து கலங்கினான்.

புண்ணியகோடி செட்டியார் அந்தப் பங்களாவை வாங்கிவிட்டார். யாரோ தமக்குத் தெரிந்த தோட்டக்காரனை வைத்துக்கொண்டார். குப்புசாமி தன் உயிர்போன்ற தோட்டத்தை அயலானிடம் ஒப்பிக்கும் நிலைமை வந்து விட்டது; "தம்பி, நான் எப்போதாவது இங்கே வருவேன். என் கையால் வைத்த இந்தக் குழந்தைகளைப் பார்க்கும்படி மட்டும் நீ சம்மதிக்க வேணும்" என்று அவன் கெஞ்சினான்; அவன் கண்களில் நீர்த்துளிகள் புறப்பட்டன; பேச முடியவில்லை; தொண்டை அடைத்துக்கொண்டது.

வந்த தோட்டக்காரன் மகா முரடன். அவனுக்குப் பணத்திலே கண். 'இவனை இங்கே விட்டால் பழைய பழக்கத்தால் ஏதாவது செய்வான். எசமானிடம் சொல்லித் தான் வந்து புகுந்து கொள்வான்; நம்மைத் தொலைத்துவிடுவான்' என்று அவன் எண்ணினான். "அதெல்லாம் முடியாது" என்று வெட்டொன்று துண்டு இரண்டாகப் பதில் சொல்லிவிட்டான்.

தோட்டக்காரன் "உனக்கு உதவியாக நானும் ஏதாவது செய்கிறேன். எனக்குக் கூலி ஒன்றும் வேண்டாம். இவ்வளவு நாள் பழகிவிட்டுப் பிரிவதென்றால் கஷ்டமாக இருக்கிறது. என்னுடைய குழந்தையை விட்டுப் பிரிந்தால்கூட இவ்வளவு வருத்தம் உண்டாகாது" என்றான் குப்புசாமி.

"கிழட்டு மனிசன் நீ; நீ எனக்கு என்ன உதவி செய்யப்போகிறாய்? போ, போ! அதிகமாகச் சொன்னால் எசமானிடம் சொல்லுவேன். அப்புறம் கல்தாத் தான்" என்று நெஞ்சில் இரக்கம் இல்லாமல் ராக்ஷஸத் தனத்தோடு புதிய தோட்டக்காரன் பதில் சொன்னான்.

"ஐயோ தெய்வமே!" என்று அழுதுகொண்டே குப்பன் வீடுபோய்ச் சேர்ந்தான்.

தினமும் ஒருமுறை அந்தப் பங்களாவின் வழியே குப்புசாமி போவான். அதற்கு எதிரில் நிற்பான். காற்றில் அசையும் கொடிகளையும் பாரப்பான். ஒரே ஓட்டமாக உள்ளே ஓட வேண்டுமென்று தோன்றும். ஆனால் கதவைத் திறக்க அந்த ராக்ஷஸன் சம்மதிக்க மாட்டானே! அப்படியே கிழவன் நின்றுவிடுவான். அருமையாகப் பிறந்த குழந்தையைப் புதைத்துவிட்டு அவ்விடத்தருகே

நின்று கண்ணீர்விடும் அன்புடைய தந்தையைப் போல் அவன் விம்மி விம்மி அழுவான்.

எவ்வளவு நாள் அந்த மனிதனைக் கெஞ்சிப் பார்த்தான்! "ஒரு நாளாவது அந்த ஒட்டுமாமரத்தை வந்து பார்க்கவேணும். உன் மனம் இரங்காதா!" என்று கேட்டான். பங்களாவின் பின்புறத்தில் இருந்த அந்த மரம் அவன் கண்ணில் தென்படு வதில்லை. "தெரியும், தெரியும்; இப்படியே வந்து பழங்களைத் திருடிக்கொண்டு போகலாமென்ற எண்ணமோ?" என்று வெரட்டினான் அந்தப் பாவி. அவன் பேச்சினால் அது பழுத்திருக்கிறதென்பதைக் கிழவன் அறிந்தான்; 'ஏன் இவனை ஒரே குத்தாகக் குத்தி விட்டு ஓடிப்போய் அந்த மரத்தைப் பார்த்துவிட்டு வரக்கூடாது?' என்று கூட அவன் மனம் எண்ணியது. அடுத்த க்ஷணமே அந்த உணர்ச்சி தளர்ந்தது; 'தலை விதி! நான் செய்த பாவம்! நான் வளர்த்த மரத்தைக் கண்ணாற்கூடப் பார்க்கக் கொடுத்து வைக்கவில்லை!' என்று வருத்தத்துடன் திரும்பிச் செல்வான்.

அருணோதயம் ஆகியிருக்கிறது; இருட்டு நன்றாகத் தெளியவில்லை. குப்புசாமி அவ்விரவு முழுதும் உள்ளத்தோடு பெரிய போராட்டமொன்றை நடத் திக்கொண்டிருந்தான். அவன் ஹிருதயம் படீரென்று வெடித்து விடும் போல் இருந்தது. ஒரு முறையாவது அந்த ஓட்டுமாமரத்தைப் பாராவிட்டால் அவன் இனி நல்ல அறிவோடு இருக்க முடியாது. கடைசியில் எப்படியாவது பங்களாவிற்குள் திருட்டுத்தனமாக நுழைந்து அதைப் பார்த்து வருவதென்று துணிந்து விட்டான்.

எப்படியோ ஏறிக் குதித்து ஒருவருக்கும் தெரியாமல் மரத்தடிக்கு வந்தான். ஒரே ஓட்டந்தான்; அந்த மரத்தைக் கட்டிக்கொண்டு ஓவென்று அலறிவிட்டான். அந்தச் சத்தம் அங்கே படுத்திருந்த தோட்டக்காரன் காதிற் பட்டது . வந்து பார்த்தான். ஒட்டுமாமரத்தின் உயிரும் குப்புசாமியின் உயிரும் பிணைக்கப்பட்டிருப்பதை அவன் எப்படி உணர் வான்? “போக்கிரிக் கிழவா! கையுங்களவுமாக அகப் பட்டுக்கொண்டாயா?” என்று தலையில் இரண்டடி போட்டுவிட்டு உறுமினான், அந்தத் தோட்டக்காரன். குப்புசாமியோ அவ்வளவு அடியையும் பட்டுக் கொண்டு கட்டிய கையை நெகிழ்க்கவே இல்லை. இறுகக் கட்டிய கையின் மேல் அடித்தான், அந்தப் பாதகன். அப்பொழுதும் கிழவன் விடவில்லை. ஆத்திர மெல்லாம் சேர்த்து அடித்தபோது, “ஐயோ” என்று கதறிக்கொண்டு கீழே விழுந்தான் கிழவன். அவனுக்கு மயக்கம் போட்டுவிட்டது. அதற்குள் பங்களா விலிருந்து எஜமான் வந்துவிட்டார்.

“என்னடா சங்கதி?” என்று கேட்டுக்கொண்டே வந்தார் புண்ணியகோடி செட்டியார்.

“இந்தத் திருட்டுப்பயல் பங்களாவுக்குள் புகுந்து பழங்களைத் திருட வந்திருக்கிறான். நான் பார்த்து விட்டேன்; அடித்தேன். கீழே விழுந்து பாசாங்கு செய்கிறான்” என்றான் தோட்டக்காரன்.

மங்கலான வெளிச்சத்தில் செட்டியார் குனிந்து கிழவனைப் பார்த்தார். அவன் உண்மையிலேயே மயக்கமடைந்திருப்பதை அறிந்து தண்ணீர் கொண்டு வந்து தெளிக்கச் செய்தார்.

கிழவன் கண்ணைத் திறந்து பார்த்தான். மாமரத்தைக் கண்ட சந்தோஷ மிகுதியும் தலையில் அடிக்கப்பட்ட அடியும் சிறிது நேரம் அவனுக்கு ஒன்றும் விளங்காதபடி செய்தன. மெல்ல எழுந்திருந்தான்.

"ஏன் இங்கே வந்தாய்?" என்றார் செட்டியார்.

கிழவன் நிதானித்தான். எல்லாம் ஞாபகத்துக்கு வந்தன; "சாமி, என் பிள்ளையைப் பார்க்க வந்தேன். சத்தியமாகச் சொல்லுகிறேன். திருட வரவில்லை. என் பிள்ளையைப் பார்த்துவிட்டேன். இனிமேல் நான் சந்தோஷமாகச் சாவேன்" என்று அழுது கொண்டே அவன் சொன்னான். செட்டியாருக்கு ஒன்றும் விளங்கவில்லை.

"இவன் பைத்தியக்காரனாக இருக்கலாம்" என்றார்.

"சாமீ, இந்த மாமரப் பைத்தியந்தான் பிடித்திருந்தது; இதை நான் என் கையால் வளர்த்தேன். ஒரு தடவையாவது இதைப் பார்க்க வேணுமென்று கெஞ்சிக் கெஞ்சிக் கேட்டேன். இவர் மனம் இரங்கவில்லை. இதைப் பார்க்காமல் எனக்குத் தூக்கமே வரவில்லை. அதனால் இந்தமாதிரி செய்தேன். நான் செய்தது தப்புத்தான். ஒரே ஒரு வரம் தர வேணும். அடிக்கடி இந்த மரத்தைப் பார்க்கும் படி செய்யவேணும். நான் திருடமாட்டேன். பழம் எனக்கு வேண்டாம். எங்கள் எசமானனுக்குக் கூடப் பழம் தானே விழுந்தால் தான் தின்னலாமென்றல்லவோ சொல்லி இருந்தேன்? அப்படிப்பட்டவன், 'நான் பழத்தைப் பறித்துத் தின்பேனா? என் கண், என் உயிர் இந்த மரம்; சாமீ, இன்னும் ஒருதடவை அதைக் கட்டிக்கொள்கிறேன்" என்று எழுந்து போய் அதைக் கட்டிக்கொண்டான். தன்

கன்னங்களையும் நெற்றியையும் அதன் மேல் அழுத்தினான். செட்டியார் அவனைப் பார்த்துக்கொண்டே இருந்தார். "சரி; நான் போய் வருகிறேன்" என்று சொல்லி விட்டு வேகமாகப் போய்விட்டான் கிழவன்.

ஆச்சரியத்தில் முழுகின செட்டியார் தம் தோட்டக்காரனை விவரமாக விசாரித்தார். அந்தக் கிழவனைப் பலமாக அடித்துவிட்ட பிறகு அவனுக்குச் சிறிது பச்சாத்தாபம் உண்டாயிற்று. கிழவன் தன்னிடம் கெஞ்சினதையும் தான் மறுத்ததையும் அன்று அவன் அம்மரத்தை விடாப்பிடியாகக் கட்டிக் கொண்டிருந்ததையும் சொன்னான். செட்டியார் பின்னும் சிலர் மூலமாக விசாரித்ததில் அந்தத் தோட்டத்தின் அழகுக்கும் வளப்பத்துக்கும் கிழவன் குப்புசாமியே காரணமென்பதை அறிந்தார். அவனை அழைத்துக் கொண்டு வந்து தோட்டத்தில் வேலை செய்யச் சொல்லலாம். இப்பொழுது இருப்பவனுக்கு உதவியாக இருக்கட்டும்' என்று எண்ணினார்.

ஆனால், குப்புசாமி எங்கே? அன்றிரவு வீட்டிலே காணப்பட்டவன்தான்! அப்புறம் அவனை எல்லோரும் தேடிக்கொண்டிருக்கிறார்கள். அந்த மாமரத்தினிடம் தான் போகும் இடத்தைச் சொன்னானோ என்னவோ, யார் கேட்டு அறிவார்கள்?

"ஆனாலும் இத்தனை புத்திமட்டம் உண்டாகு மென்று எண்ணவே இல்லை. மனுஷனுக்கு அந்தஸ்து என்ற சமாசாரம் ஒன்று இருப்பதை எள்ளளவாவது நினைக்க வேண்டாமா? வக்கீலெங்கே, சமையற்கார னெங்கே! இரண்டு பேரும் கூடிக் கூடிப் பேசினால் அவன் எப்படி உருப்படுவான்? ரஸத்திற்கு உப்புப் போட்டால் புளி இருப்பதில்லை ; புளி இருந்தால் உப்பு இருப்பதில்லை. இந்த லக்ஷணத்தில் சம்பளம் மட்டும் சுளையாக மாதம் பிறந்ததும் இருபத்தைந்து ரூபாய்" என்று அம்மணியம்மாள் கூடத்தில் பிரசங்கம் பண்ணிக் கொண்டிருந்தாள். அதைக் கேட்பவர்கள் யார் தெரியுமா? அவளுடைய குமாரி அம்புஜமும் நாலுவயசுப் பையன் சங்கரனும் பக்கத்து வீட்டுப் பாட்டியும் நாலைந்து கம்பங்களுமே.

"நாலுபேர் வெளியூரிலிருந்து வந்துவிட்டால் பரபரவென்று சமைத்து ருசியாகப் பருப்போ பாயசமோ பண்ணி வேளைக்குப் போட்டு நல்லபேர் எடுக்க வேண்டாமோ? யாராவது அப்படி வந்துவிட்டால் எனக்கு வந்தது சனியன். 'இவாள்' என்மேல் சீறிவிழ ஆரம்பித்து விடுகிறார்கள். நானும் சமையற் காரனுக்கு உதவி செய்யவேணுமாம்! இந்த வெட்கக்கேட்டை யாரிடம் போய்ச் சொல்லி அழுகிறது? இந்த வீட்டுச் சட்ட திட்டங்களே அலாதி."

"ஏன், அம்மா, இப்படி இல்லாததும் பொல்லா ததும் பேசுகிறாய்? அவர் எத்தனை நல்லவராக இருக்கிறார்? நீ

என்ன வைதாலும் சிரித்துக்கொண்டே இருக்கிறாரே!'' என்று இடைமறித்துக் கேட்டாள் அம்புஜம்.

''சீ, அதிகப்பிரசங்கி 'அவர்' என்ன வேண்டியிருக்கிறது, அவர்! சமையற்காரனுக்கு மரியாதை! எருமைமாடு கூட அடித்தாலும் சுரணை கெட்டு நிற்கிறது. அது ரொம்ப நல்லதாக்கும்'' என்று சீறி விழுந்தாள் அம்மணியம்மாள்.

''எல்லாரிடத்திலும் மரியாதையாக நடந்து கொள்ள வேண்டுமென்று எங்கள் உபாத்தியாயர் சொன்னார். நம்முடைய பிரதம மந்திரிகூடத் தம் கீழுள்ள உத்தியோகஸ்தர் சேவகனைப் பியூனென்று கூப்பிட்ட போது, பேரைச் சொல்லிக் கூப்பிடச் சொன்னாராம்.''

''போதும், வாயை மூடு. உங்கள் மந்திரியுமாச்சு; மகாராஜனுமாச்சு. மேல், கீழ் தெரியவில்லை; இடது கை, வலது கை தெரியவில்லை. காலம் கெட்டுப்போய் விட்டது.''

அம்மணியம்மாள் பேச்சு வைதிக சம்பிரதாயத்தை எட்டிப் பார்த்தது. சமையற்காரனிடம் பிடித்த கோபம் மந்திரியிடத்தில் வந்து நின்றது. அவளுக்கு ஏன் அத்தனை கோபம்? நியாயமில்லாமலா கோபித்துக்கொள்கிறாள்?

அனந்தநாராயணையர் ஒரு கௌரவமான குடும்பத்திலே பிறந்தவர். பரம்பரையாக அரியூரில் மணியகாரராக இருந்த குடும்பம் அது. அவருடைய தகப்பனார் பொதுவாக நல்லவர். இங்கிலீஷ்ப் படிப்பு அவருக்கு இல்லை. ஆனாலும் அந்தக் குறை தம்முடைய ஒரே பிள்ளைக்கு இருக்கக்கூடாதென்று எண்ணினார். பி.ஏ., பி.எல்., வரையில் படிக்கவைத்தார். அப்புறம் பிள்ளை

'அப்ரெண்டிஸ்'ஸாக இருந்தபோது உலகத் தினிடம் விடை பெற்றுக்கொண்டு வீட்டார்.

அனந்தநாராயணையர் திருச்சிராப்பள்ளியிலுள்ள நூற்றுக்கணக்கான வக்கீல்களில் ஒருவர். அவ்வளவு தான். அவருக்கென்று தனிப் பெருமையை அளிப்பதற்குரிய சரக்கு ஒன்றும் அவரிடம் இல்லை. உத்தியோகம் பார்த்துவிட்டு உபகாரச்சம்பளம் பெறும் தாசில்தார் பெண் ஒருத்தியை அவர் விவாகம் பண்ணிக்கொண்ட விஷயத்தில் அவருக்குச் சிறிது மதிப்புக் கொடுக்கலாம். அம்மணியம்மாள், அதிகார தோரணையில் அப்பா தாலுக்கா ராஜ்யபாரத்தை நடத்தி வருகையில் பிறந்து வளர்ந்தவள். ஆகையால் அவளிடம் அதிகார குணம் ஓரளவு குடி கொண்டிருந்தது. ஆனாலும் இளகின மனமுடையவள்; உபகாரி; வாய் மட்டும் சிறிது பெரிது. அதற்கென்ன? எல்லாருக்கும் எல்லாம் பொருந்தியிருக்கிறதா?

வக்கீல்களுக்கு வரும்படி மோசமாய் வந்த காலம். பேசாமல் போர்டை எடுத்துவிட்டுச் சொந்தக் கிராமத்திலே போய் அக்கடாவென்று இருந்து விடலாமே என்று கூடச் சில சமயங்களில் அனந்தநாராயணையர் நினைத்ததுண்டு. 'ஏதோ அரைவயிறு கஞ்சிக்கு அப்பா வைத்திருக்கிறார். ஸ்நான ஸந்தி செய்து கொண்டு அறுபது வயசுக்குமேல் பண்ணுகிற ஜபதபங்களை நாற்பது வயசிலேயே பண்ணினால் தான் என்ன?' என்று எண்ணுவார். தம்முடைய அருமை யான மகள் அம்புஜம் எதிரே வந்துவிடுவாள். அப்போது அவருடைய கிராமவாஸ ஞாபகம் போய் விடும். "இவளுக்கு நல்ல இடம் அகப்படவேண்டும். அதற்காவது இந்தப் பலகையைத்

தொங்கவிட்டுக் கொண்டு இந்த ஊரில் இருக்கவேண்டும். கிராம வாஸத்துக்குப் போய்விட்டால் நல்ல மாப்பிள்ளையாக எங்கே அகப்படப் போகிறான்?" என்று மனஸுக் குள்ளே சொல்லிப் பெருமூச்சு விடுவார்.

இப்படி அவருடைய தினசரி வாழ்க்கையில் அவருக்கு உண்டாகும் பகற்கனவுகள் கலைவதும் கூடுவதுமாக இருந்தன. வாசலில் தொங்கும் பலகை தொங்கிக்கொண்டுதான் இருந்தது. வெயில் பட்டுப் பட்டு அதில் இருந்த எழுத்துக்கள் வெடித்து மங்கத் தொடங்கின. ஊரிலிருந்து வரும் நெல்லையும் திருச்சி யில் கிடைக்கும் பணத்தையும் வைத்துக்கொண்டு ஏதோ ஒரு வகையாகக் காலக்ஷேபத்தை நடத்தி வந்தார்.

அவர் வீட்டில் லக்ஷ்மீகரத்துக்குக் குறைவொன் றும் இல்லை. அம்புஜத்தின் பூத்தையற் படங்கள் மாதத்துக்கு ஒன்றாகச் சுவரை அலங்கரித்தன. அம் மணியம்மாளுடைய நாகரிக வாழ்வுக்குச் சிறிதும் குறைவு வரவில்லை. வீட்டில் சமையற்காரன் சமையல்; ஆள்காரன் பசுவைப் பாதுகாத்துக் கறந்து கொடுக்கிறான்; சேவகன் ஆபீஸ்' வேலை செய்கிறான்; குமாஸ்தாவும் இருக்கிறார். ஆனாலும் ஐயருக்குத் திருப்தியில்லை; வரும்படி அப்படி ஸ்வாரஸ்யமுள்ளதாக இருக்கவில்லை.

இப்படியிருந்த காலத்தில் தான் சமையற்கார ராமு வந்து சேர்ந்தான். அவன் அனந்தநாராயணையரது வீட்டுக்கு வந்த அன்றைக்கு நாலு நாளைக்கு முன்தான் அந்த வீட்டிலிருந்து பாலக்காட்டுச் சமையற்காரன் சொல்லாமற் போய்விட்டான். நல்ல யோக்கியனாகவும், சுறுசுறுப்பாகவும் இருக்கும் சமையற்காரனைத்

தேடிக்கொண்டிருந்தார் ஐயர். நல்ல வேளையாக ராமு வந்தான்.

அவன் முகத்தில் எத்தனை தேஜஸ்! உடம்புதான் என்ன வாட்ட சாட்டம்! அவனைப் பார்க்கும் போதே ஐயருடைய மனம் அவனிடத்தில் பொருந்திவிட்டது; "நன்றாகச் சமைப்பாயா?" என்று கேட்டார்.

"நன்றாக என்று சொல்லிக்கொள்ளும் தைரியம் இல்லை. சமைப்பேன். அது நன்றாக இருப்பது நம் இருவரையும் பொறுத்தது. நானும் உங்கள் விருப்பமறிந்து சமைக்க வேண்டும். நீங்களும் என்னிடம் அன்பும் இரக்கமும் வைக்க வேண்டும்" என்று ராமு பதில் சொன்னான்.

"என்ன, சட்டம் படித்தவன் போல்லா பாயிண்டாகப் பேசுகிறாயே! என்ன சம்பளம் கேட்கிறாய்?"

"அதைப்பற்றி நான் சொல்வதற்கில்லை. இருபது ரூபாய் கொடுத்தால் எனக்குக் கஷ்டமில்லாமல் இருக்கும். பதினைந்து கொடுத்தால் கஷ்டமாக இருந்தாலும் ஏற்றுக்கொள்ளத்தான் வேண்டும்."

அவனுடைய பேச்சுச் சாதுர்யமும் கண் பார்வையும் வக்கீல் ஐயருக்கு அதிசயத்தை உண்டாக்கின; என்ன ஆச்சரியம்! "கடவுள் எங்கெங்கேயெல்லாம் வசீகரசக்தியை வைத்திருக்கிறார்" என்று அவர் உள்ளுக்குள்ளே சொல்லிக்கொண்டார்.

“சரி, இரண்டும் வேண்டாம். பதினெட்டு ரூபாய் வாங்கிக்கொள். சரியாக வேலை செய்தால் அப்புறம் பார்த்துக்கொள்ளலாம்” என்று ஐயர் விட்டார்.

“தங்கள் சித்தம்” என்று கூறிவிட்டு நன்றியறிவும் பணிவும் காட்டும் பார்வையால் அனந்தநாரா யணையருடைய ஹிருதயத்தில் உட்கார்ந்துவிட்டான் ராமு.

அபூர்வத்திலும் அபூர்வமாகக் கிரிமினல் வழக் கொன்று வக்கீலையரிடம் வந்தது. வழக்குக் கொண்டு வந்தவர் ஒரு பெரிய பணக்காரர். அவருக்கே தம்முடைய வழக்கு ஜயிக்குமென்ற நம்பிக்கை இல்லை. ஆனாலும் சிநேகிதர்களுடைய தொந்தரவு பொறுக்க மாட்டாமல் அந்த வழக்கைத் தொடுக்க வந்தார். ‘இது தோற்றுப் போகும் வழக்குத்தானே? இதற்கு ஏன் பெரிய வக்கீலைத் தேடவேண்டும்?’ என்று எண்ணி அனந்தநாராயணையரிடம் வந்தார். அவரும் அதை ஏற்றுக்கொண்டார். வழக்குத் தொடுக்க ஒரு வார காலம் இருந்தது. அதற்குள் அந்த வழக்கைப்பற்றி எல்லாவற்றையும் அறிந்துகொள்ளும் பொருட்டு இரவு பகல் அது சம்பந்தமான கட்டுக்களை யெல்லாம் படித்துப் பார்த்தார். அதை எப்படி நடத்தினால் ஜயமுண்டாகுமென்று யோசித்தார். அந்தமாதிரி வழக்குகளில் அவர் முன் பழகியிருந்தாலல்லவோ அவருக்கு வழி தெளிவாகத் தெரியும்? ‘இந்த வழக்கில் ஜயம் ஏற்பட்டால் நம் அந்தஸ்து ஒரு படி ஏறும்’ என்பது அவர் நம்பிக்கை. ஜயம் ஏற்பட்டால்தானே? அதற்கு வேண்டிய வழி என்னவென்று மண்டையைக் குடைந்து கொண்டிருந்தார்.

இராத்திரி ஒன்பது மணிக்கு ஆபீஸ் அறையில் ஐயர் உட்கார்ந்து யோசித்துக்கொண்டிருந்தார். அவருக்குப் பாலும் ஆரஞ்சுப்பழமும் கொண்டு வைப்பதற்காக உள்ளே நுழைந்தான் ராமு. ஐயர் இரண்டு கைகளாலும் தலையைத் தாங்கிக்கொண்டு கீழே குனிந்தவண்ணம் இருந்தார். ராமு வந்ததைக்கூடக் கவனிக்கவில்லை.

மேஜையின் மேல் பாலையும் பழத்தையும் வைத்து விட்டுப் பேசாமல் சிறிதுநேரம் நின்றான் ராமு. அப்பால், "பால் வைத்திருக்கிறேன்" என்றான்.

அனந்தநாராயணையர் நிமிர்ந்து பார்த்தார். "எப்பொழுது வந்தாய்? என்னவோ யோசித்துக்கொண்டிருந்தேன். உன்னைப் பார்க்கவில்லை" என்று சொல்லி விட்டு அவன் உரித்துக் கொடுத்த சுளையை வாயில் போட்டுக்கொண்டார்.

"ரொம்பக் களைப்பாக இருக்கிறீர்களே; பேசாமல் படுத்துக்கொண்டு விடியற்காலையில் எழுந்திருந்து கவனித்துக்கொள்ளலாமே. விடியற்காலத்தில் யோசனை செய்தால் எல்லாம் தெளிவாகத் தோன்றுமென்று சொல்வார்கள்" என்றான் ராமு. அவன் ஒரு சமையற்காரனாகப் பழகாமல் ஒரு படி உயர்ந்த அன்போடு பழகினவனாதலால் இப்படிச் சொன்னான். அவர் தலையைச் சொறிந்து கொண்டு பாலைச் சாப்பிட்டுவிட்டுக் காகிதங்களை மடக்கி வைக்கலானார்.

"நான் எல்லாவற்றையும் சரியாக வைத்து விடுகிறேன். நீங்கள் படுத்துக்கொள்ளப் போங்கள்" என்று சொல்லி ராமு அவற்றை அடுக்க ஆரம்பித்தான். அவன் பலநாள் அப்படிச் செய்வது வழக்கம்.

காலையில் எழுந்து ஆபீஸ் அறைக்குள் வந்தார் வக்கீல். உண்மையிலேயே அவருக்கு மனம் தெளிவாக இருந்தது. உள்ளே சென்று அமர்ந்தார். கட்டுக்களை அவிழ்த்தார். அவற்றில் எதையோ படித்துப் பார்த்தார். ஆச்சரிய உணர்ச்சிகள் அவர் முகத்தில் அலையோடின. துள்ளினார்; குதித்தார். "அடே ராமு!" என்று கூப்பிட்டார். ஓடிவந்தான் ராமு. அவனோடு என்னவோ பேசினார்.

அந்த வழக்கில் எதிர்பாராத விதமாக ஜயம் ஏற்பட்டது. வழக்குத் தொடுத்தவருக்குப் பெரிய வியப்பு உண்டாயிற்று; 'இந்த வழக்கை இவர் ஜயித்தது பரம ஆச்சரியம் இவரை ஊராரெல்லோரும் உதவாக்கரை வக்கீலென்று சொல்வது சுத்தப் பொய். இவர் ஒரு சிறந்த வக்கீல்' என்ற எண்ணம் ஏற்பட்டது. அவருக்கு அந்த வழக்கிற்கு 'நல்ல பீஸ்' கொடுத்ததோடு அனந்தநாராயணையருடைய பிரபாவத்தைப் பல நண்பர்களிடம் தெரிவித்துப் பல 'கேஸ்'களை வாங்கித் தந்தார். ஐயருடைய அந்தஸ்தும் வரும்படியும் ஒரு படியல்ல, பதினெட்டுப் படி உயர்ந்து விட்டன.

இப்படி ஐயருடைய அந்தஸ்து உயர ஆரம்பித்ததிலிருந்து அம்மணியம்மாள் குறை கூறும் 'ரகஸ்யப் பேச்சும்' வளரத் தொடங்கியது. அநேகமாக இரவில் ராமுவும் வக்கீலும் பல மணி நேரம் பேசிக்கொண்டிருப்பார்கள். வக்கீல் அவனிடம் பழகுவதைப் பார்த்தால் அவனை யாரும் சமையற்காரனாக எண்ண மாட்டார்கள். ஆனால் அவன், பழைய பணிவுடனும் பழைய அடக்கத்துடனுமே இருந்து வந்தான்.

2

பாக்கிய சக்கரம் சுழல்கின்றது. அனந்த நாராயணையர் தெய்வ சக்தியால் தூண்டப்பட்டவர் போல ஒவ்வொரு வழக்காக ஜயித்துக்கொண்டே வருகிறார். அவர் கோர்ட்டில் நடத்தும் வாதம் இப் பொழுதெல்லாம் ஆணித்தரமாக இருக்கின்றன. பழைய விளக்கெண்ணெய் வாதம் இப்பொழுது இல்லை.

"இவருக்கு இப்படி அதிசயமாக ஒரு சக்தி வந்ததற்குக் காரணம் என்ன? ஏதாவது உபாஸனை செய்கிறாரா?" என்று ஜனங்களெல்லாம் பேசத் தொடங்கினர். வீட்டிலோ அம்மணியம்மாளுக்கு ஒரு பக்கம் சந்தோஷம்; ஒரு பக்கம் ஆத்திரம். அந்தஸ்து உயர உயரச் சமையற்காரனோடு கூடிக் கூடிப் பேசுவதும் அதிகமானால் அவளுக்கு ஏன் கோபம் வராது? அவள் புருஷனுக்கு அடங்கின வளாகையால் அவரைக் கேட்க் அஞ்சினாள். எவ்வளவு நாள் பொறுத்திருப்பாள்? ஒரு நாள் கேட்டே விட்டாள்:

"அதென்ன? ஒரு நாளைப் போல முந்நூற்றறுபது நாளும் ராத்திரி எட்டு மணிக்குமேல் அந்தச் சமையற் காரனோடே பேச்சு! உங்களுக்குக் கௌரவம் அந்தஸ்து, நாசூக்கு ஒன்றும் தெரியாதா?" என்றாள்.

"அதைப்பற்றி உனக்கென்ன கவலை?"

"நான் இந்த வீட்டில் இருப்பதனால் தான் கவலை அவனோ வரவர மோசமாக இருக்கிறான். நீங்கள் கூப்பிட்டால் கையிலுள்ள பாத்திரத்தை அப்படியே வைத்துவிட்டுப் போய்விடுகிறான். வரவர எனக்கு

வேலை அதிகமாகிறது. நீங்களோ என்னை மிரட்டுகிறீர்கள். ராத்திரி 8-மணிக்குமேல் அவனை விட்டு விடவேண்டுமென்று உத்தரவிடுகிறீர்கள். இதெல்லாம் யார் காதிலாவது பட்டால் என்ன எண்ணுவார்கள்?''

''பைத்தியமே பேசாமல் இரு. உனக்குள்ள புத்தி எனக்கு இல்லையா? அவன் ரொம்ப நல்ல பையன். ஏதோ நம்முடைய அதிருஷ்டத்தால் தான் நமக்கு அவன் கிடைத்தான்.''

''ஆமாம். நீங்கள் தான் மெச்சிக்கொள்ள வேண்டும். அரையுங்குறையுமாகச் சமைத்துப் போடுகிற அவனுக்குத் தோடாப் பண்ணிப் போட்டாலும் போடுவீர்கள். ஏன், நீங்கள் இருக்கிறமாதிரியில் அவனுக்கே உங்கள் பெண்ணைக் கொடுத்தாலும் கொடுத்துவிடுவீர்கள்.''

இந்தக் கடைசி வாக்கியத்தைக் கேட்டதும் வக்கீல், ''ஹா!'' என்று ஏதோ புதியதொரு விஷயத்தை அறிந்தவர் போல் ஆச்சரியமும் சந்தோஷமும் பொங்கக் கூவினார். அம்மணி அம்மாளுக்கு அந்தத் தொனியின் அர்த்தம் விளங்கவில்லை. அது அவர் ஹ்ருதய உணர்ச்சிகள் அலைமோதி வழிந்த ஒலியென்பதை அவள் எப்படி உணர்வாள்! தான் சொல்வதைத் தடுத்துச் சொல்லுகிறாரென்றே நினைத்தாள்.

''இந்த மட்டாவது உங்களுக்கு நம் அந்தஸ்து ஞாபகம் இருக்கிறதே. அம்புஜத்தின் கல்யாணத்தை நடத்த ஏற்பாடு செய்யவேண்டாமா?''

அன்றைக்கு ஐயர் தம் மனத்தில் ஏதோ ஒரு தீர்மானம் செய்துகொண்டார். அவருக்கு ஏன் அவ்வளவு உற்சாகம்! அந்த நிமிஷத்தில் அவருடைய முகத்தில் திருப்தியாகிய உணர்ச்சி எவ்வளவு விசதமாக எழுதப்பட்டு விளங்கிற்று!

மறுநாள் இரவு ஒருமணி வரையில் ராமுவும் அனந்தநாராயணையரும் ரகஸ்ய ஆலோசனை புரிந்தனர். நீண்ட வாக்குவாதங்கள் நடைபெற்றன வென்று தோன்றியது. அனந்தநாராயணையர் அந்த வாதத்திற்கூட வெற்றிபெற்றிருக்கவேண்டும். அவர் முகத்தில் அந்த வெற்றியின் விளம்பரம் ஒட்டப்பட்டிருந்தது.

ஒரு வாரம் சென்றது. அன்று இரவு அம்மணியம்மாள் சுமுகமாக இருந்தாள். ஐயர் மிக்க அன்போடு ஸல்லாபம் செய்யத்தொடங்கினார்.

"நான் சென்னபட்டணம் போக உத்தேசித் திருக்கிறேன்" என்று அவர் மெல்ல ஸம்பாஷணை செய்யத் தொடங்கினார்.

"போய்வர எவ்வளவு நாள் செல்லும்?" என்று கொஞ்சலாகக் கேட்டாள் அவருடைய தர்மபத்தினி .

"போய் வருவதா? அங்கேயே போய் வக்கீல் உத்தியோகம் பார்க்கலாமென்று எண்ணம்."

"அங்கே போனால் உங்களுக்குச் சௌகரியப்படுமா?"

"ஏன் சௌகரியப்படாது? எவ்வளவோ 'கேஸ்'கள் கிடைக்கும். இப்பொழுது கூட நான் அடிக்கடி அங்கே போய்விட்டு வரவில்லையா?"

"அப்படியானால் அம்புஜத்தின் கல்யாணத்தைப் பற்றி எப்பொழுது யோசிக்கிறது?"

"அதற்கென்ன பிரமாதம்? அங்கேயே போய் நடத்தலாம்."

"சரி. அங்கே நல்ல சமையற்காரன் அகப்படுவானா?"

"பேஷானவன் அகப்படுவான்."

இந்தப் பதிலில் தன்னுடைய கோரிக்கை பூர்த்தியாகி விட்டதாக அம்மாள் பூரித்தாள். 'ராமு ஒழிந்து விடுவான். ரகஸ்யப் பேச்செல்லாம் போய்விடும். ஏதோ நல்ல காலந்தான்' என்று அவள் சந்தோஷித்தாள்.

"ராமுவுக்குச் சம்பளப் பாக்கியெல்லாம் கொடுத்து அனுப்பிவிடலாமல்லவா? இனிமேல் அவனுடைய சமையல் நமக்கு வேண்டாமே?"

"வேண்டாம். ஆனால் அவனையும் உடனழைத்துப் போகவேண்டும்."

"இதென்ன? ராமேசுவரம் போனாலும் சனீசுவரன் பின்னோடே வந்துதான் தீரவேண்டுமா?"

"சீ! அப்படிச் சொல்லாதே. அம்புஜத்தின் கல்யாணம் அவனில்லாமல் எப்படி நடக்கும்?"

"அவன் என்ன செய்ய வேண்டும்? மாப்பிள்ளை தேடிக்கொண்டு வருவானா? கல்யாண ஏற்பாடு செய்வானா?"

"எல்லாம் செய்வான். அவனே மாப்பிள்ளையாகவும் இருப்பான். நீதான் ஒரு நாள் சொல்லி விட்டாயே, அவனுக்கே அம்புஜத்தைக் கொடுப்பேனென்று."

"என்ன விளையாட்டு வேண்டியிருக்கிறது?" என்று கடுகடுத்தாள் அம்மணியம்மாள்.

"விளையாட்டில்லை. உண்மைதான்; நமக்கு அந்தஸ்து உயர்வது அவனாலே; நான் சென்னை போவதும் அவனாலே; அம்புஜத்துக்கும் அவனுக்கும் கல்யாணம் நடப்பது நிச்சயம். நான் அம்புஜத்தின் சம்மதத்தைப் பெற்றுவிட்டேன்."

"என்ன! உங்களுக்குப் பைத்தியம் பிடித்து விட்டதா? உளறுகிறீர்களே?" என்று அச்சமும் கோபமும் ஆச்சரியமும் கலந்த உணர்ச்சியோடு அவள் கேட்டாள். ஐயர் அதன் பிறகு சொல்லிய அதிசயங்களைக் கேட்கக் கேட்க அவள் ஸ்தம்பித்துப் போனாள். ஒவ்வொரு மர்மமாக வெளிவரும்போது. அவள் கனவு காண்பதாகவே எண்ணினாள். அப்படி அவள் திகைக்கும்படி அவர் என்ன சொன்னார்? ராமுவைப் பற்றிய மர்மங்களே!

3

ராமு ஒரு பெரிய குடும்பத்தில் உதித்தவன். இளமையிலேயே தாயை இழந்தவன். பி.ஏ., பி.எல்., வரையில் படித்தான். அவன் தாய்க்குப் பிறகு அவன் தகப்பனார் இரண்டாவது மனைவியொருத்தியைக் கல்யாணம் செய்து கொண்டார். அவளுடைய மந்திரோபதேசத்தால் ராமுவிடம் தகப்பனாருக்கு இருந்த பிரியம் போய்விட்டது. அவரும் பலவிதத்தில் சொத்தெல்லாம் தொலைந்து இறந்தார். அவர் இளைய மனைவியோ அகப்பட்டதைச் சுருட்டிக்கொண்டு தன் பிறந்தகம் போய்ச் சேர்ந்தாள்.

பி.ஏ., பி.எல்., பட்டத்தைக் காகிதத்தில் எழுதிப் பிடித்துக்கொண்டு ஊரெல்லாம் அலைந்து வேலைக்குத் திண்டாடினான் ராமு. ஒன்றும் கிடைக்கவில்லை. அவனுக்கு முன் ஒவ்வோர் இடத்தையும் நூற்றுக் கணக்கான பேர்கள் படையெடுத்திருந்தார்கள். எங்கெங்கோ போய், எப்படி எப்படியோ அலைந்து ஒரு வக்கீலிடம் இருபது ரூபாய்க்குக் குமாஸ்தாவாக அமர்ந்தான். மெல்ல 'அப்பிரண்டிஸ்' பரீக்ஷையில் தேர்ச்சி பெற்றான். அப்பால் வக்கீல் ஸன்னத்துப் பெற 800 ரூபாய் வேண்டுமே. யார் தருவார்கள்?

அவனுடைய போதாத காலம்; வக்கீலிடம் அவனைப் பற்றிச் சிலர் கோள் சொல்லி விலக்கிவிடச் செய்தார்கள். அவரோடு இருந்த காலத்தில் பல புஸ்தகங்களைப் படித்துப் படித்துப் பல சட்ட நுணுக்கங்களை அறிந்து கொண்டான். அவனுடைய அறிவு வளம் பெற்றது. திடீரென்று வேலையிலிருந்து விலக்கப்பட்டால் அவன் எங்கே போய் நிற்பான்? கிளப்பிலாவது வேலை

செய்யலாமென்று துணிந்துவிட்டான். சமையல் செய்யக் கற்றுக்கொண்டான். தான் சென்ற இடங்களில் உள்ள ஒழுங்கீனங்களால் மனமுடைந்து ஒவ்வொன்றாக விட்டு விலகினான். கடைசியில் திருச்சிராப்பள்ளியில் அனந்தநாராயணையரிடம் வந்து சேர்ந்தான்.

அவனுடைய முகவசீகரத்தில் ஈடுபட்ட ஐயர் அவனை மிகப் பிரியமாக நடத்திவந்தார். ஒவ்வொரு நாளும் இரவில் படுக்கைக்குப் போகுமுன் ஆபீஸ் அறையிலுள்ளவற்றைச் சரிப்படுத்தி வைக்கச் சொல்லி விட்டுப் போய்விடுவார். அவன் இதுதான் சமயமென்று அங்குள்ள புஸ்தகங்களைப் புரட்டிப் படிப்பான். அவனுடைய அறிவு மிகவும் கூர்மையானது. ஞாபகசக்தியோ அபாரம்.

ஒருநாள் – அபூர்வமாக வந்த கிரிமினல் வழக்கை எப்படி நடத்துவதென்று தெரியாமல் ஐயர் யோசித்த இரவு – வழக்கம்போல் அவனைத் தம் அறையிலுள்ள காகிதங்களை ஒழுங்குப்படுத்தச் சொல்லிப் போய்விட்டார். அவன் தன் எஜமானைத் திகைக்க வைக்கும் வழக்கைப்பற்றிப் படித்து ஆராய்ந்தான். உடனே இப்படி இப்படி நடத்தினால் அநுகூலமென்று எழுதி அதற்குள்ளே வைத்துவிட்டான். அந்த எழுத்துத்தான் முதல் முதல் ராமுவின் மர்மம் வெளிப்படுவதற்குக் காரணம். மறுநாள் அதைக் கண்டு ஆச்சரியப்பட்ட வக்கீல் ராமுவை அழைத்து, “இந்தக் காகிதம் ஏது?” என்று கேட்டார். அவன் தனக்குத் தெரியாதென்று சாதித்துவிட்டான். வழக்குத் தொடங்கப்பட்டது. ஒவ்வொரு நாளும் அதை நடத்தும் வழியை விளக்கிய கடிதம் ஐயருக்குக் கிடைத்தது. அவர் எவ்வளவு நாள் இதை அறிந்து கொள்ளாமல் இருப்பார்?

ஒருநாள் கையுங்களவுமாக ராமுவைப் பிடித்துவிட்டார். அப்பால் அவனுடைய பூர்வ வரலாறு தெரிந்தது. அவருக்கல்லாமல் மற்ற எல்லோருக்கும் தான் சமையற்காரனாகவே இருக்க வேண்டுமென்று அவன் வேண்டிக்கொண்டான். அது தான் தனக்குச் செய்யும் உபகாரமென்று பிரார்த்தித்தான். என்ன அடக்கம்! என்ன சிறந்த குணம்!

நாளடைவில் இந்த மர்மநிலை ஐயருக்குப் பிடிக்கவில்லை. தம் மனைவி அகஸ்மாத்தாக அம்புஜத்தின் கல்யாணத்தில் ராமுவைச் சம்பந்தப்படுத்திப் பேசிய அன்று ஐயர் ஞானோதயமானதுபோலச் சந்தோஷப்பட்டார். 'ஏன் அப்படியே செய்துவிடக்கூடாது?' என்று யோசித்தார். அந்த ஊரில் செய்தால் நன்றாயிராதென்று எண்ணினார். பலநாள் யோசித்தபிறகு சென்னைக்குச் சென்றுவிட்டால் ராமு சமையல் உத்தியோகத்தை விட்டுவிட்டு வக்கீல் ஆகலாம்; அம்புஜத்திற்குக் கணவனுமாகலாமென்று நிச்சயித்தார் .

இவ்வளவு ஸமாசாரங்களையும் அம்மணியம்மாள் கேட்டாள். அவளுக்குப் பதில் பேச முடியவில்லை.

"இப்பொழுது உனக்கு எல்லாம் தெரிந்துவிட்டதல்லவா? அவன் இல்லாவிட்டால் நான் ஒரு செல்லாக் காசுக்குச் சமானந்தான். அவனும் வக்கீலாகி என்னோடு சேர்ந்து விட்டால் அப்புறம் நம்மைக் கட்டிப்பிடிக்கிறவர்கள் யார்?"

எப்படியோ ஐயர் அம்மணியம்மாளின் சம்மதத்தைப் பெற்றுவிட்டார். தொழிலினால் ஏற்றத் தாழ்

அவனுக்கு ஜமீன்தார்களெல்லாம் பழக்கம். பல சிற்றரசர்களுடைய அபிமானத்தை அவன் பெற்றான். தான் குடியிருக்க அழகான பங்களா ஒன்றைக் கட்டிக்கொண்டான். அது சித்திரமாளிகையாக விளங்கியது. சித்திரக்கலையிலும் வாழ்க்கைக்கலை யிலும் அவன் ஒருங்கே சிறப்படைந்து விளங்கினான்.

ஜமீன்தார்களுக்குள் இளவயதுடையவர்கள் பலர் அவனிடம் அடிக்கடி வந்து போய்க்கொண்டிருப்பார்கள். பணத்தைச் சுகபோகங்களில் வரம்புக்கு மிஞ்சி அழித்து வரும் அவர்களின் உள்ளத்தைத் தாமோதரன் அளந்து அறிந்திருந்தான். அவர்கள் உள்ளத்தைச் சிக்கவைக்கும் சித்திரங்கள் பலவற்றை அவன் எழுதி ரகசியமாக வைத்திருந்தான். இயற்கைக் காட்சிகளிலோ, அபூர்வ சித்திரங்களிலோ அந்தச் சிங்கார புருஷர்களுக்கு விருப்பம் இராது. அழகிய பெண் உருவங்கள், காமக்குறிப்புத் தோன்றும் கோலம் அமைந்த காட்சிகள், முழு நிர்வாணப்படங்கள், அரை நிர்வாணப்படங்கள் இவற்றில் அவர்கள் ஈடுபட்டார்கள். உலகம் புகழும் சித்திரங்களினாற் பெறாத லாபத்தை அந்தச் சித்திரங்களால் தாமோதரன் அடைந்தான். ஆனால், அவை மட்டும் லேசானவைகளா? அவற்றிலும் தாமோதரனுடைய கற்பனைத் திறன் சுடர்விட்டு விளங்கியது.

அத்தகைய சித்திரங்களை அவன் வெளிப்படையாக வைப்பதில்லை; எல்லோருக்கும் காட்டுவதும் இல்லை. அவற்றைப் பார்த்து இன்புறுபவர்களும், நூற்றுக்கணக்கில் பணம் கொடுத்து வாங்குபவர் களுமாகிய ஒரு கூட்டம் இருக்கிறதென்பதை அவன் அறிந்திருந்தான். அவர்களுக்கு மாத்திரம் அந்தப்

படங்களை அவன் காட்டினான்; அளவற்ற லாபம் அடைந்தான்.

பிரமதேவன் திலோத்தமையைச் சிருஷ்டி பண்ணினானாம். அவளைப் பார்த்தபோது அவனுக்கே மயல் தலைக்கொண்டதாம். இப்படிப் புராணம் சொல்லுகிறது. தாமோதரன், ஒரு மடமங்கை ஆடைகளின்றி ஒரு பொய்கையில் நீராடுவதைப் போன்ற சித்திரம் ஒன்றை வரைந்தான். அதில் அவன் கலைத்திறம் முழுவதும் ததும்பி நின்றது. அவனே தன் சிருஷ்டியை வியந்து கொண்டான். 'அணு அணுவாக இந்தச் சித்திரத்தின் அழகைப் பார்த்து அனுபவிக்கும் ஒருவன் அகப்பட்டால்...' இப்படி எண்ணமிடும்போது அவன் ஒரு பொற்குவியலையே அதன் விலையாகப் பெற்றுவிடலாமே என்று நினைத்தான். அந்த விலையற்ற சித்திரத்திற்கு விலை மதிப்பிடுவது சாமானியமா?

இளம் ஜமீன்தார்கள், பணக்காரர்கள் பலர் அவனிடமுள்ள படங்களைப் பார்த்து வேண்டியதை வாங்கிக்கொள்வார்கள். தாமோதரனும் தன்னிடம் அவர்கள் விரும்பும் ரகத்திலுள்ள படங்களெல்லாவற்றையும் காட்டுவான். ஆனால் இந்தப் படத்தை அவ்வளவு மலிவாக்கிவிட அவன் மனம் விரும்பவில்லை. 'இது ஒரு பெரிய பொக்கிஷம்; மற்றொருவர் இதைப் பார்ப்பதற்குக்கூட விலை கொடுக்க வேண்டும்' என்பது அவன் கருத்து. உண்மையில் அதற்கு அதுவே ஒப்பாக இருந்தது. அதில் பூரணமாக நிரம்பிய கலைச் செல்வத்தை அவன் கொட்டியிருந்தான்; அதிலிருந்து பெருந்தொகையாகப் பொருட்செல்வத்தை அடையலாமென்பது அவன் ஆசை.

குமாரபுரி ஜமீன்தார், தாமோதரனுடைய படங்களைப் பார்க்க வருவதாக எழுதியிருந்தார். அவர் ஒரு சிற்றரசரைப் போன்ற செல்வமுடையவரென்று அவன் கேள்விப்பட்டிருந்தான். ஆனால் அதுவரையில் அவரைப் பார்த்ததில்லை. தான் ஒருவருக்கும் காட்டாமல் வைத்திருக்கும் படத்தை அவருக்குக் காட்டலாமென்று அவன் நினைத்தான்.

ஜமீன்தார், தாமோதரன் வீட்டிற்கு வந்தார். முப்பது வயது இருக்கும் அவருக்கு. தாமோதரன் உலகப்பிரசித்தி பெற்ற தன் படங்களையெல்லாம் காட்டினான்.
“இவைகளெல்லாம் மிகவும் நன்றாக இருக்கின்றன. இந்த மாதிரியுள்ள உங்கள் படங்களை நான் பல இடங்களிலே பார்த்திருக்கிறேன். நான் இவைகளை மாத்திரம் பார்த்துப் போக இங்கே வரவில்லை” என்று ஜமீன்தார் பீடிகை போட்டார்.

தன் கண்ணியிலே ஒரு பறவை சிக்கப்போகிறதென்று தாமோதரன் நிச்சயம் செய்து கொண்டான்.

“உங்களிடம் மிக அழகான சித்திரங்கள், அங்க அமைப்புக்களை நுணுக்கமாகக் காட்டும் முதல் தரமான படங்கள் பல இருக்கின்றனவாம். அவைகளை எல்லோரும் பார்க்க முடியாதாம். அந்தப் படங்களைப் பார்க்கவேண்டுமென்பதற்காகவே வந்தேன்” என்றார் ஜமீன்தார்.

“ஆமாம்; சில பேருக்கு அவற்றின் அருமை தெரியாது. அவைகளைப் பார்த்து ரஸிக்கவும் தெரியாது. ஆகையால் காட்டுவதில்லை” என்று தாமோதரன் கூறினான்.

பிறகு அந்த வகையிலுள்ளவைகளை ஒவ்வொன்றாக எடுத்துக் காட்டி வந்தான். ஜமீன்தார் பிரமித்துப்போனார். ஒரு சித்திரத்தைப் பார்ப்பார்; அதற்கு மேலே அழகுள்ள வேறு படமே இனி இராதென்று நினைப்பார். அடுத்த படத்தைப் பார்க்கும் போது பதின்மடங்கு ஆனந்தங் கொள்வார். அதற்குப் பின் வரும் படத்தைப் பார்த்துச் சொக்கிப்போவார். தாமோதரன் ஒன்றைவிட ஒன்று சிறந்ததாக உள்ளவற்றை வரிசையாகக் காட்டிக்கொண்டே வந்தான்.

"உங்கள் சக்தியை நான் என்னவென்று சொல்வது! உங்களுக்கு லக்ஷ லக்ஷமாகக் கொடுக்க வேண்டும்" என்று ஜமீன்தார் பாராட்டினார்.

"உங்களைப்போன்ற அருமை தெரிந்த பிரபுக்கள் சொல்லும் வார்த்தைகள் எவ்வளவோ லக்ஷம் பெறும்" என்று அவன் பதிலுக்கு ஸ்தோத்திரம் செய்தான்.

ஜமீன்தார் தமக்கு வேண்டுமென்று நான்கு படங்களைத் தெரிந்தெடுத்தார். ஒவ்வொரு படத்திற் கும் ஐந்நூறு ரூபாய் தருவதாக வாக்களித்தார். பிறகு, "இவ்வளவுதானே? இந்தமாதிரி வேறு படங்கள் இருக்கின்றனவா?" என்று கேட்டார்.

"இன்னும் ஒரு படம் இருக்கிறது. இது வரையில் நான் எழுதிய படங்களில் அதைப் போல வேறொன்று இல்லை. என்னையே மயக்கும் சக்தி பொருந்தியது அப்படம். அதை இதுவரையில் யாருக்கும் காட்டவில்லை. அதை வாங்குவதற்குரிய செல்வர்கள் இல்லை. என் வாழ்வு முழுவதும் உழைத்தாலும் அப்படி

அதைப் பார்த்தார். அவ்வளவுதான். வியப்பையோ, சந்தோஷத்தையோ அடைந்ததாகத் தோன்றவில்லை. அவ்வளவு சீக்கிரமாக அவர் எழுந்து போய்விட்டதற்கும் காரணம் தெரியவில்லை.

2

நான்கு நாட்கள் கழித்துத் தாமோதரனுக்கு ஜமீன்தாரிடமிருந்து செக் வந்தது. அதோடு அந்தப் படத்தைத் தம் பங்களாவில் கொண்டுவந்து கொடுக்கும்படி ஒரு கடிதம் அவர் எழுதியிருந்தார். தாமோதரன் அன்று மாலை தன் காரில் குமாரபுரி ஜமீன்தார் வீட்டிற்குச் சென்றான். அவரைத் தனியே ஓர் அறையிலே சந்தித்துப் படத்தைச் சமர்ப்பித்தான். "உங்களைப் போலச் சித்திரக்கலையின் அருமை அறிந்தவர்களை நான் கண்டதில்லை" என்று ஸ்தோத்திரம் செய்தான்.

ஜமீன்தார் அவன் கூறியவற்றைக் காதிலே வாங்கிக்கொள்ளவே இல்லை. அவர் ஏதோ யோசனையில் ஆழ்ந்திருந்தார்.

"இந்தப் படம் இனிமேல் உங்களதாகிவிட்டது. இனி இதை நான் அடிக்கடி பார்க்க முடியாது. இப்பொழுது ஒருமுறை உங்களுடைய அனுமதி பெற்றுப் பார்க்கிறேன்" என்று தாமோதரன் பணிவாகச் சொன்னான்.

ஜமீன்தார் தலையை அசைத்தார். தாமோதரன் அவருக்கு முன் சுவரில் அதைத் தொங்கவிட்டான். அவனும் ஜமீன்தாரும் அதை உற்று நோக்கினர். திடீரென்று

ஜமீன்தார் தாமோதரனைப் பார்த்து, "இந்தப் படத்திற்கு மூலம் எது?" என்று கேட்டார்.

"என் மனந்தான்."

"ஏதாவது போட்டோவையோ அல்லது பெண்ணுருவத்தையோ பார்த்து இதை எழுதியிருக்கலாமல்லவா?"

"இல்லை; என் கற்பனாலோகத்தில் எவ்வளவோ பெண்களை நான் சிருஷ்டிக்கிறேன். அவர்களில் ஒருத்தி இவள்."

"அப்படியா! ...இந்தப் பங்களாவின் பின்புள்ள சோலையில் சிறிது உலாவலாம்; வருகிறீர்களா?" என்று ஜமீன்தார் கேட்டார்.

"ஆஹா! அப்படியே" என்று சொல்லி எழுந்தான் தாமோதரன்.

இருவரும் பின்னாலே உள்ள தோட்டத்தை அடைந்தார்கள். அதில் ஒரு சிறிய காட்டைப்போல மரங்கள் அடர்ந்திருந்தன.

"உண்மையைச் சொல்லிவிடுங்கள்: இந்தப் பெண்ணை நீங்கள் எங்கே பார்த்தீர்கள்?" என்று ஜமீன்தார் கேட்டார்.

தாமோதரன் என்ன சொல்லுவான்? அந்தமாதிரி உண்மையில் ஒருத்தி இருக்கிறாளென்றும் அவளை அடைவதற்கு முயல வேண்டுமென்றும் ஜமீன்தார்

எண்ணியிருப்பதாக அவன் நினைத்தான். காமப்பித்தர்களுடைய இயல்புகளையும் ஜமீன்தார்கள் சுகபோகத்தின் பொருட்டுச் செய்யும் பலவகைச் செயல்களையும் அறிந்தவன் அவன்.

"சித்திரகாரனுக்குப் பெண்கள் பஞ்சமா? அவன் நினைத்தால் இந்த உலகத்திலே இல்லாத அபூர்வ சிருஷ்டிகளை உண்டாக்கிவிடலாமே. நீங்கள் இதை உண்மையான பெண் ஒருத்தியின் படமென்று எண்ணியிருப்பது கண்டு ஆச்சரியப்படுகிறேன்!"

இதைச் சொல்லிக்கொண்டிருக்கையிலே ஜமீன்தார் சடக்கென்று தம் பையிலிருந்து ஒரு ரிவால்வரை எடுத்துத் தாமோதரன் முகத்துக்கு எதிரில் நீட்டினார். "இந்தாரும் என்னை ஏமாற்றப் பார்க்காதேயும். உண்மையைச் சொல்லிவிடும். இவளை எங்கே பார்த்தீர்?" என்று கோபத்தோடு கேட்டார்.

தாமோதரன் தைரியசாலி; சமயத்தில் சோர்வடைய மாட்டான்.

"உங்கள் கைத்துப்பாக்கியை முதலில் சட்டைப் பையில் போடுங்கள். அப்புறம் பேசலாம்."

ஜமீன்தார் அப்படியே செய்தார்.

"இந்தப் படத்தில் இருப்பது உலகத்திலுள்ள எந்தப் பெண்ணின் உருவமும் அல்லவென்று சத்தியம் செய்கிறேன். பெரிய அறிவாளியாகிய நீங்கள் இவ்வளவு பதற்றமாக நடக்கக்கூடாது. நீங்கள் உங்களுக்கே அபாயம்

வருந்தினேன். ஆனாலும் உங்களை அணுகுவதற்கு மாத்திரம் துணியவில்லை.

அந்தப் படத்தைக் கொளுத்தின காலத்தில், எதன்மீது ஐயங்கொண்டேனோ அந்த உயிர்ச் சித்திரத்தையும் கொளுத்தும் காலம் இவ்வளவு சீக்கிரம் வருமென்று நான் நினைக்கவில்லை. நான் மகாபாவி! அவளையும் சென்ற வருஷம் இழந்தேன். அவளை இழந்த பிறகு அவள் எனக்குத் தெய்வமாகி விட்டாள். அதுமட்டுமா? உங்கள் படத்தின் அருமையும் எனக்கு அப்போது விளங்கத் தொடங்கியது.

அவளுடைய உருவமாகவே அதைப் பாவித்திருப்பேனே! நான் பாவி! அதை முன்பே கொளுத்திவிட்டேன். அந்தப் படம், என் காதலியாகிய உயிரோவியம் இரண்டையும் இழந்த எனக்குச் சுகம் ஏது? என் மனம் நைந்து கரைந்தது. அப்போதுதான் உங்கள் ஞாபகம் வந்தது. நீங்கள் அந்தப் படத்தின் சிருஷ்டிகர்த்தாவென்று நினைக்கும் போது எனக்கு ஓர் ஆசை தோற்றியது. மறுபடியும் அந்த முகம் மாத்திரமாவது எழுதித் தரவேண்டும். இதுதான் நான் கேட்கும் பிச்சை.

ஜமீன்தார் இந்த வரலாற்றைக் கூறும்போது இடையிடையே கண்ணீர் விட்டார். பேசாமல் அமைதியுடன் கேட்டுக்கொண்டிருந்தான் தாமோதரன்.

“நான் கொடுத்த அந்தப் படம் என் கற்பனையிலிருந்து எழுந்தது. அதே கற்பனையை மீண்டும் அப்படியே வருவிக்கமுடியுமா? உங்கள் மனைவியின் போட்டோ

இருந்தால், அதைப் பார்த்து வேண்டுமானால் எழுதித் தருகிறேன்.''

''அதுதானே இல்லை! உங்கள் மனத்தில் அந்தப் படத்தை எண்ணிப் பார்த்து முகம் மாத்திரம் எழுதிக் கொடுங்களேன்.''

''அந்த முகத்தை நான் கண்ணால் கண்டிருந்தால் ஞாபகத்துக்கு வரும். என் கனவு அது. ஐந்து வருஷங்களுக்கு முன் கண்ட கனவை அப்படியே இன்றும் காணமுடியுமா? ஆனாலும் பார்க்கிறேன்.''

அன்று முதல் தாமோதரன் நூறு படங்களுக்கு மேல் எழுதிவிட்டான். அந்த நூறு முகங்களிலும் அந்த முகம் இல்லை. பாவம்! ஜமீன்தார் வாரந் தவறாமல் வந்துவிடுவார். 'அந்த முகத்தை மீண்டும் காண்பேனா' என்று அவர் உருகுகிறார்; தாமோதரன் தான் என்ன செய்வான்! அவன் ஆயிரம் முகம் எழுதத் தயார்; ஆனால் அந்த முகம் வரவில்லையே!

குடிகாரச் சாமி

கரு கும் என்ற இருட்டில் மினுக்கு மினுக் கென்று ஒரு சிமினி விளக்கு எரிந்து கொண்டிருக்கும் குடிசையிலிருந்து அந்த முனகல் சப்தம் வந்து கொண்டிருந்தது. "ஐயோ! அப்பா, ஆத்தே, சாமீ! கடவுளே! ஐயோ! என் உசிர் போவாதா? சாமீ , என்னை வாரிக்கொண்டு போயிடேன். ஐயோ! தாங்கலையே" என்ற வார்த்தைகள் விட்டு விட்டுக் கேட்டன. அந்தக் குரல் ஒரு பெண்ணினது குரல் போலத் தோன்றியது. அந்த அந்தகாரத்தில் வாயு பகவானைத் தவிர வேறு யாரும் அந்தக் குடிசைக்குள்ளே போய் விசாரிக்க முன் வரவில்லை. அவர்கூட, தடபுடலாக உள்ளே நுழைந்தால் தகரச் சிமினியி லுள்ள சுடர் பயந்து மறைந்து விடுமோவென்று எண்ணினவர் போல் மெல்ல நுழைந்து கொண்டிருந் தார். வானம் மேகங்களால் சூழப்பட்டு ஒரு கறுப்பு மேலாப்பைப் போர்த்திக் கொண்டிருந்தது.

அந்த அவஸ்தைக் குரலுக்கு இடையே வேறொரு குரலும் கேட்டது: "ரொம்ப வலிக்குதா அம்மா? ரத்தம் வருதே, ஐயோ!" என்று ஓர் இளங்குரல் முன் கூறிய குரலுக்கு நடு நடுவே மெல்லிய இழை போலக் கேட்டது. ஸந்தேகமே இல்லை; அது ஒரு சிறு குழந்தையின் குரல் தான்.

"அப்பன் ஏம்மா இப்படி அடிக்கணும்? உனக்கு வலிக்குதுன்னு தெரியாதா?" என்று அந்த இளங் குரல் வினாவியது.

"என் தலைவிதி யப்பா, தலைவிதி! அந்தப் பாளுஞ் சாமி என்னைக் கொண்டு போக மாட்டேங்குது" என்றது பெண் குரல்.

"அப்பன் இப்படியே அடிச்சா அப்புறம் நாம் என்ன பண்றதம்மா?"

"என்ன பண்றது? பட்டுக் கொள்ளத்தான் வேணும்."

"எங்கேயாவது ஓடிப் போயிடலாமே."

"சே? அப்படிச் சொல்லாதே, கண்ணு; நீ தூங்கு."

"எனக்குத் தூக்கம் வல்லே; பண்ணைக்காரர் கிட்டே சொல்லி அப்பனை மெரட்டச் சொல்லேன்."

"அதெல்லாம் முடியாதப்பா; சாமி மனசு வச்சா முடியும். இல்லாட்டி இப்படியே செத்துப் போக வேண்டியதுதான்."

சிறிது நேரம் பேச்சில்லை; மௌனம் நிலவியது. மறுபடியும் அந்த இளங் குரல் அம்மௌனத்தைக் கலைத்தது.

"சாமி எங்கே அம்மா இருக்குது? அது எப்படி அம்மா மனசு வைக்கும்?"

"அதோ அந்தக் குடியானத் தெருவிலே கோவில் இருக்குதே, அதிலே இருக்குது சாமி; கறுப்பண்ண சாமி.

அந்தச் சாமியை வேண்டிக்கிட்டா, அது மனசு வச்சாலும் வெக்கலாம்.”

“நான் வேண்டிக்கறேன்: சாமீ , கறுப்பண்ண சாமீ! எங்கப்பனை நீ நல்லா அடிக்கணும். அம்மாவை அடிச்சாக்கக் கொன்னுடுவேன்னு சொல்லணும். சாமீ! எங்கம்மாவை அப்பன் அடிச்சால் வலிக்காமல் இருக்கணும்.”

பெண் குரலில் சோகம் நிரம்பி யிருந்தது மாறிக் களுக்கென்று சிரிப்பின் ஒலி கேட்டது. மறுபடியும் அழுகைக் குரல்.

சேலம் ஜில்லாவில் ராசிபாளையம் ஒரு சிறு கிராமம். அங்கே குடியானவர்களுடைய வீடு அதிகம்; ஒரு பள்ளத்தெருவும் சிறிய பறைத் தெருவும் தனியே இருந்தன. பள்ளத் தெருவிலே இருந்த குடிசை யிலேதான் இந்தக் குரல்கள் கேட்டன.

மாரியாயி நல்ல பெண். அவள் புருஷன் காத்தானும் நல்லவனாகத்தான் இருந்தான். அந்தக் குழந்தை முனியன் பிறக்கிற வரையிலும் அவன் வீட்டிலே சந்தோஷமும் அமைதியும் பொங்கின. முனியன் பிறந்த ஒரு வருஷத்திலே காத்தான் கெட்டுப் போனான். கள்ளரக்கனுடைய மாய வலையிலே அவன் சிக்கிக்கொண்டான். வர வர அவனுக்கேற்ற ஜமாக்கள் சேர்ந்தன. நாள் முழுவதும் உழைத்து விட்டு வந்து ஆனந்தமாகக் குடிசையிலே புகுந்து மாரியாயி காய்ச்சி வைத்த சோற்றைக் குடித்துச் சுவர்க்க இன்பத்தை அனுபவித்த அவன் வாழ்வு நாசமாயிற்று.

இந்தப் பாழும் குடி அந்தக் குடிசையின் சுக வாழ்வைக் குலைத்துவிட்டது. முனியன் வளர வளர அந்தக் குடும்பத்திலே துயரமும் வளர்ந்து வந்தது. முனியன் சிறு குழந்தையாக இருக்கும் போது இந்த விஷயமொன்றும் அவன் மனசில் படவில்லை. அவனுக்கு மூன்று வயது நடக்கும்போதுதான் மாரியாயி ஜுரத்தின் வாய்ப்பட்டாள். அது முதல் அவளுடைய பழைய வலிமை குன்றிவிட்டது. அது வரையில் காத்தானோடு எதிர்த்து வாதாடி அவன் கொடுத்த உதைகளை அவள் உடம்பு தாங்கி வந்தது. இப்போதோ, அவளால் அவற்றைத் தாங்க முடிவதில்லை. அவள் அவனைக் கண்டித்துக் கண்டித்து அலுத்து விட்டாள். ஆனாலும் அந்தக் குடிகாரன் காரணமில்லாமல் அவளை அடித்து வந்தான். வாரத் திற்குக் குறைந்த பக்ஷம் ஒரு முறையாவது இந்தப் பூசை நடவாமல் இராது.

முனியனுக்கு இப்போது ஐந்து வயது. அவன் மனசில் தன் தகப்பனின் கொடுமை உறுத்தத் தொடங்கியது. தாயின் பரிதாப நிலை அவன் நெஞ்சை உருக்கியது. அந்த இளங்குழந்தை என்ன செய்வான் ! பரிகாரம் ஒன்றும் தோன்றாமல் மறுகினான். அவனுக்குக்கூடச் சில சமயங்களில் உதையிலே பங்கு கிடைக்கும்.

கறுப்பண்ண சாமியை வேண்டிக்கொண்டால் ஏதாவது வழி பிறக்கலாமென்று அம்மா சொன்னதை அவன் உண்மையாகவே நம்பினான். முன் காலத்தில் துருவன் கூடத் தன் மாற்றாந் தாய் பேச்சை நம்பித்தானே நன்மை அடைந்தான்? தவம் செய்யப் போனான்?

முனியனுக்கு அன்று முதல் கறுப்பண்ணசாமி மேலேதான் ஞாபகம்; "சாமி, எங்கப்பன் எங்கம்மாவை

அடித்தால் அந்தக் கையை நீ வெட்டிவிடேன். எங்கம்மாவுக்குப் பக்கத்திலே நீ வந்து நின்று தடுத்து விடப்படாதா?' என்றெல்லாம் வேண்டிக்கொள்வான். பாவம்! குழந்தையின் ஆஹ் லாதத்தைக் கறுப்பண்ணசாமி அறிந்தாரோ, என்னவோ !

கறுப்பண்ணசாமி மனசு வைத்ததாகத் தெரியவில்லை. காத்தானுக்குக் கள்வெறி அதிகப்பட்டு வந்ததேயொழியக் குறையவில்லை; "சாமீ, நான் வேண்டிக்கறது உனக்குக் கேக்கலையா? நீ செவிடா?" என்று முனியன் அழுதான்; அப்பனை நினைந்து பல்லைக் கடித்தான்.

மறுநாள் தீபாவளி. மாரியாயி புல்விற்ற காசில் கொஞ்சம் சேர்த்து வைத்துத் தீபாவளிக்கு ஒரு சாயத்துண்டு வாங்கலாமென்று எண்ணியிருந்தாள். "தம்பி, உனக்குச் சாயவேட்டி வாங்கியாரேன்; கட்டிக்கறயா?" என்று குதூகலத்தோடு அவள் தன் மகனைக் கேட்டாள்.

"நல்லாக் கட்டிப்பேன்" என்று சொல்லிக் கொண்டே, "எங்கம்மா சாயவேட்டி வாங்கப் போவுது" என்று தன்னுடைய தோழர்களுக்கு டமாரம் அடிக்கப் போய்விட்டான்.

அவர்கள் ஆசையில் மண் விழுந்தது. தீபாவளி யன்று காலையில் அந்தப் படுபாவி காத்தான் எப்படியோ பணம் இருக்கும் இடத்தைக் கண்டுகொண்டான் ; ஒருவருக்கும் தெரியாமல் அதை எடுத்துக் கொண்டு போய்க் கள் குடித்துவிட்டு வந்தான்.

"இந்தா, இந்தப் பாவம் உன்னை ஏளேளு சன்மத்துக்கும் விடாது. தம்பிக்குச் சாயவேட்டி வாங்கணும்னு எத்தனை ஆசையாச் சேத்து வச்சேன்! பாவி, நீ அதையும் திருடிக் குடிச்சுட்டு வந்தையே" என்று மாரியாயி திட்டினாள்.

"என்னடீ , தலைக்கிறுக்கு ரொம்பத்தான் ஏறிக் கிட்டுதோ? சாயவேட்டி இல்லாமே அவனுக்குச் சரிப்படலையோ?" என்று அந்த மிருகம் உறுமியது.

"ஆமா, நீ சம்பாரிச்சுத் தராவிட்டாலும் நான் வச்சிருந்ததை எடுத்து அநியாயமாக் குடிச்சுட்டையே, அந்தக் கொளந்தைக்கு என்னத்தைக் குடுப்பேன்?" என்று அவள் அழுதாள்.

"என்னாலே! மாமாலம் பண்ணறே! வெளக்கு மாத்துக் கட்டெக்குப் பட்டுக் குஞ்சலம்!" என்று சொல்லிக்கொண்டே காறித் துப்பிவிட்டு அவளை ஓர் உதை உதைத்தான். அவள் தடாலென்று தரையிலே விழுந்துவிட்டாள்.

இவ்வளவையும் முனியன் மூலையில் நின்று நடுங்கிக்கொண்டே பார்த்தான். அவன் இருதயம் படக்குப் படக்கென்று அடித்துக்கொண்டது. அப்பனை அப்படியே பிடித்துக் கசக்கிவிட வேண்டுமென்ற ஆத்திரம் உண்டாயிற்று.

அந்த ராக்ஷஸன் போய்விட்டான். குழந்தை தாயருகில் வந்தான். அலங்கோலமாகக் கீழே கிடந்த தாயின் முகத்தருகில் தன் முகத்தை வைத்துக் கொண்டு விம்மி விம்மி அழுதான். தாயும் அழுதாள். அன்றைத் தீபாவளி தாயின் அழுகையாகிய சுருதியிலே கலந்து இசைத்த அந்த

இளங் குழந்தையின் அழுகை யென்னும் சோக சங்கீதத்திலே கழிந்தது.

முனியனுக்கு அப்பன் மேலே கோபம் வந்ததோடு, இப்போது சாமி மீதும் கோபம் வந்தது. அந்தக் கறுப்பண்ண சாமியை நேரிலே போய்ப் பார்த்துச் சொல்லிவிட்டு வரலாம்' என்று எண்ணினான். தீபாவளிக் கொண்டாட்டக் கூட்டத்தோடு கலந்து கறுப்பண்ணசாமி கோயிலுக்குள்ளே நுழைந்தான். அங்கே ஏக ஆரவாரம். சாமிக்குப் படையல் படைத்திருந்தார்கள்: எத்தனையோ விதமான பழங்கள், இளநீர்க் குலைகள், சோற்று வகைகள், ஆடு, கோழி முதலியவை; எல்லாம் முனியனுக்கு ஆச்சரியத்தை உண்டாக்கின. 'இந்தச் சாமி ரொம்பப் பெரிய சாமிபோலே இருக்குது. இத்தனை சோறும் இது தின்னுப் பிடும்னா இது எத்தனை பெரிசா இருக்கணும்!' அங்குள்ள காட்சிகளிலே அந்தக் குழந்தையுள்ளம் லயித்து நின்றது . அரை மணி நேரம் அவன் கண்கள் அங்குள்ள பொருள்கள் ஒவ்வொன்றின் மேலும் சென்றன. சாமியின் அலங் காரத்திலும் சென்றது.

சட்டென்று முனியன் பார்வை ஒரு பதார்த்தத்திலே சென்று நின்று விட்டது. அவன் ஊன்றிக் கவனித்தான்; கண்ணைத் துடைத்துத் துடைத்துப் பார்த்தான் ; ஆமாம் ; கள்ளுத்தான் ; அப்பன் குடிக்கிற கள்ளுத்தான்.' அவன் தன் அப்பன் சில நாள் குப்பியிலே கொண்டு வந்த கள்ளைப் பார்த்திருக்கிறான்; அதன் நாற்றத்தைக்கூட அவன் அறிந்திருக்கிறான்.

கறுப்பண்ண சாமிக்கு உரிய நைவேத்தியவகைகளுக்கு இடையில் கள் நிறைத்த குப்பிகள் பல இருந்தன. அவற்றைக் கண்டபோதுதான் முனியன் உள்ளம்

திடுக்கிட்டது. "ஐயோ! கள்!" என்று கத்திவிட்டான். கள்ளின் காட்சியிலே அவன் தன் தகப்பனின் கொடுமைகளை யெல்லாம் கண்டான்.

அந்தக் கீக்சுக் குரல் கணீரென்று அருகிலிருந்தவர்கள் காதில் விழவே அவர்கள் முனியன் பக்கம் திரும்பிப் பார்த்தார்கள். அவர்களில் ஒருவன், "அடே, இந்தப் பள்ளப் பயல் இங்கே எங்கேயடா வந்தான்? உதையடா; பிடியடா" என்று கத்தினான். ஐந்து நிமிஷத்தில் பலர் வீராவேசத்துடன் ஆளுக்கு ஒரு பக்கம் அந்தக் குழந்தையைச் சூழ்ந்து கொண்டு அடிக்கத்தொடங்கினர். முனியன் மூர்ச்சையாகி விட்டான்.

"இந்த நாயைத் தூக்கி வெளியிலே எறியுங்கள். தீவிளி நாளிலே இந்தக் களுதை கோயிலைத் தீட்டுப் பண்ணிவிட்டது" என்று முழங்கினார்கள் சிலர்.

முனியன் குற்றுயிரும் குலையுயிருமாகச் சில ஹரி ஜனங்களால் கோயில் வாயிலிலிருந்து தூக்கிச் செல்லப்பட்டான். புருஷனால் உதைக்கப்பட்ட மாரியாயிக்குப் பக்கத்தில் அவனைப் போட்டுவிட்டு, நடந்ததைச் சொன்னார்கள்.

"அட பாவி மவனே! இப்படியா செய்தாய்" என்று அவள் அரற்றினாள்; சிறுவனை ஆசுவாசப் படுத்தினாள்; "சாமீ, உனக்குக் கண்ணில்லையா? அறியாக் கொளந்தையைக் கொன்னுட்டார்களே" என்று பிரலாபித்தாள் ; "முனியா, என் கண்ணே" என்று புலம்பி உருகினாள்.

முனியன் கண்ணைத் திறந்தான். அவன் வாயிலே தண்ணீரை வார்த்தாள். இரண்டு மிடறு குடித்தான்.

“அம்மா, கறுப்பண்ண சாமியை நம்பாதே நீ” என்று மெலிந்த குரலிலே அவன் சொல்லிவிட்டு நாலு பக்கமும் பார்த்தான். அவனுக்கு உள்ளத்திலே தோன்றிய பயம் இன்னும் நீங்கவில்லை.

“அப்படிச் சொல்லாதே, தம்பி; அந்தச் சாமி தான் உன்னை இவ்வளவாவது இருக்கப் பண்ணிச்சு” என்று அவள் அழுதாள்.

“பொய் அம்மா, பொய்; அந்தச் சாமி கெட்ட சாமி. அதுகூடக் கள்ளுக் குடிக்குது. நான் கண்ணாலே பார்த்தேன். இங்கே அப்பன் கள்ளுக் குடிக்குது; உன்னை அடிக்குது. அங்கே சாமிகூடக் கள்ளுக் குடிக்குது; என்னையும் அடிக்கப் பண்ணிச்சு. அந்தச் சாமி வேண்டாம், அம்மா.”

“இல்லை, கண்ணு; அப்படிச் சொல்லாதே; அவங்க அடிச்சால் அதுக்குச் சாமி என்ன பண்ணும்?”

“அந்தச் சாமி பின்னே ஏன் கள்ளுக் குடிக்க வேணும்? சோறு போதாதா? பளம் போதாதா? அத்தனை புட்டி கள்ளைக் குடிக்கற சாமிகிட்ட அப்பனைப் பத்திச் சொன்னா அது கேக்குமா? என்னை எதுக்கு அடிச்சாங்க? அந்தக் குடிகாரச் சாமி சொல்லித்தானே?”

மாரியாயிக்கு ஒன்றும் சொல்லத் தெரியவில்லை. அவள் அழுதாள். “சாமி, நீதான் காப்பாத்தணும்” என்று மறுபடியும் கறுப்பண்ண சாமியைத்தான் வேண்டிக் கொள்ளலானாள்.

மறு வருஷம் சேலம் ஜில்லாவில் மதுவிலக்கு அமுலுக்கு வந்துவிட்டது. கிராமத்திலுள்ள ஜனங்க ளெல்லாம் குடியை மெல்ல மெல்ல மறக்கத் தொடங் கினார்கள். கள்ளு வாங்கி வைக்கும் கலயங்கள் இப்போது குடிசைகளிலே இல்லை; ஏழைகள் அன்றன்று சேர்த்து வைக்கும் காசுகளைச் சேமிக்கும் கலயங்களே இருந்தன. இந்த யுகப் புரட்சியிலே ராசிபாளையத்தில் மாரியாயியின் குடிசையிலும் ஒளி வீசத் தொடங்கியது. காத்தான் மதுவிலக்கு வந்த புதிதில் சில காலம் வெறிபிடித்தவனைப் போல இருந்தான். பிறகு வர வரத் தெளிவடைந்தான். முன்பு தான் செய்த அட்டூழியங்களை யெல்லாம் நினைக்கும் போது அவனுக்கு அழுகை வந்தது; "சாமீ, இந்த மட்டிலாவது காப்பாத்தினையே" என்று கடவுளை மனமாரத் தொழுதான்.

மாரியாயியின் முகத்திலும் களை உண்டாயிற்று. 'கறுப்பண்ணசாமி கண் திறந்தார்; அதனால் நமக்கு விடிந்தது' என்று அவள் நம்பினாள். குழந்தை முனியன் இந்தப் புது மாறுதலை அறிந்து ஆச்சரியப் பட்டான். அவனுக்கு ஒன்றும் விளங்கவில்லை.

"ஏம்மா ! இப்ப நம்ம அப்பன் கள்ளுக் குடிக்கிற தில்லையா? முன்னெப்போலே உன்னை அடிக்கிற தில்லையே? என்னெக் கண்டாத் தூக்கி வச்சுக்குதே" என்று தாயைக் கேட்டான்.

"இங்கே கள்ளுத் தண்ணி கெடைக்கிறதில்லே. கள்ளுக் குடிச்சாச் சர்க்கார் தண்டிப்பாங்க. அதனாலே ஒருத்தரும் கள்ளுக் குடிக்கிறதில்லே."

"இப்படி யாரம்மா பண்ணினாங்க?"

“எல்லாம் அந்தக் கறுப்பண்ணசாமிதான், தம்பி. “அந்தக் குடிகாரச் சாமியா!”

“சே, அப்படிச் சொல்லாதே; பாவம்.”

முனியனுக்குக் கறுப்பண்ண சாமியிடம் நம்பிக்கை வரவேயில்லை; அவன் தாய்க்கோ அந்தச் சாமியிடம் நம்பிக்கை போகவேயில்லை.

தீபாவளிக்கு ஒரு வாரத்துக்கு முன்பே கறுப்பண்ணசாமி கோயிலை ஹரிஜனங்களுக்குத் திறந்து விட்டார்கள். இந்த இரட்டிப்புச் சந்தோஷத்தைக் கேட்டு மாரியாயி ஆனந்தக் கடலில் மூழ்கினாள். அவள் இந்த வருஷமும் தம்பிக்கு ஒரு சாயத் துண்டு வாங்க வேண்டுமென்று பணம் சேர்த்திருந்தாள். அது அப்படியே இருந்தது. அது மட்டுமா? அவளுக்குத் தெரியாமல் காத்தான் கூடச் சிறிது பணம் சேர்த்து வைத்திருந்தான். ‘தீவிளிக்குத் தம்பிக்கு நல்லதாச் சாயவேட்டி ஒண்ணு வாங்கித் திடீர்னு கொண்டு வந்து அவங்களை ஆச்சரியப்படப் பண்ணணும்’ என்று நினைத்தான். தீபாவளிக்கு முதல் நாள் ஒரு வருக்கு ஒருவர் சொல்லாமல் குழந்தைக்கு மாரியாயி ஒரு சாயத் துண்டு வாங்கிவந்தாள்; காத்தான் ஒரு சாய வேட்டி வாங்கி வந்தான்.

தீபாவளியன்று முனியன் அந்த இரண்டையும் உடுத்துக் கொண்டான். அந்த அலங்காரத்தைக் கண்டு தாயும் தந்தையும் உள்ளம் பூரித்தார்கள். தேங்காய் பழம் வாங்கிக்கொண்டு முதல் முதலாகக் கறுப்பண்ணசாமி கோயிலுக்குப் புறப்பட்டார்கள். ஹரிஜனங்களாகிய தங்கள் மூதாதையர்களுக் கெல்லாம் கிடைக்காத ஒரு

பாக்கியத்தைப் பெற்ற அவர்கள் நல்ல நாளிலே அதை அனுபவிக்க வேண்டுமென்று எண்ணினார்கள். தீபாவளியைவிட நல்ல நாள் ஏது?

எல்லோரும் கோவிலுக்குப் போய்ச் சுவாமி தரிசனம் செய்தார்கள். எல்லோரும் சுவாமியைப் பார்க்கும் போது முனியன் கண்கள் அச்சக் குறிப்போடு சுவாமிக்கு முன்னே உள்ள நைவேத்தியங் களைப் பார்த்தன; 'குடிகாரச் சாமி' யிடம் அவனுக்கு லேசிலே நம்பிக்கை பிறக்கவில்லை. இன்றும் யாராவது அடிக்க வருவார்களோ என்று கூட அஞ்சினான்.

"இங்கே அது இல்லையே அம்மா?" என்று அவன் கேட்டான்.

"இல்லேயப்பா" என்றாள் தாய்.

"ஏன் அம்மா?"

"எல்லாம் கறுப்பண்ண சாமி பண்ணினது அப்பா!"

தீபாராதனையைக் கண்டு யாவருடைய கைகளும் தலைமேல் குவிந்தன. முனியனும், கள்ளையும் தான் போன வருஷம் பட்ட அடியையும் மறந்து விட்டுக் கைகளைக் குவித்தான்.

ஆலங்காயம்

"அப்படியானால் அந்த ஊர் சம்பந்தமாக ஒன்றும் தெரியாதென்றா சொல்கிறீர்கள்?" என்றான் ராமசாமி.

"ஆமாம்; அங்கே கோயிலும் இல்லை; குளமும் இல்லை. அதற்குப் பாடலோ, சரித்திரமோ இருப்பதற்கு நியாயம் இல்லை" என்றேன் நான்.

"நன்றாக யோசித்துப் பாருங்கள். அந்த இடத்துக்கு அருகில் காடுகள் உள்ளன. அந்தக் காடுகளில் தினந்தோறும் சென்று விறகு வெட்டி வரும் குடியானவர்கள் இருக்கிறார்கள். அவர்களைச் சில சமயங்கள் நாங்கள் 'சார்ஜ்' செய்வதுண்டு...அது கிடக் கட்டும். எங்கள் கதை எதற்காக? ஆலங்காயம் என்ற பேருக்கு என்ன அர்த்தம்? அதைப் பிளந்து சோதித்து ஆராய்ச்சி செய்து பாருங்கள். ஏதாவது கிடைக்கும்."

அவன் அங்கே காட்டிலாகா ஆபீஸில் ஒரு குமாஸ்தா. என்னிடம் அவனுக்கு அபாரமான மதிப்பு. எனக்குத் தெரியாத விஷயம் இநதப பிரபஞ்சத்திலேயே இல்லையென்று அவன் எண்ணியிருக்கிறான். தமிழாராய்ச்சி, சரித்திர விஷயம், ஜோஸ்யம், வைத்தியம் எல்லாவற்றிலும் என்னிடம் சந்தேகம் கேட்பான். ஒவ்வொன்றுக்கும் நான் எப்படியோ பதில் சொல்லிவிடுவேன். ஆனாலும் 'ஆலங்காயம்' என்பதற்கு வகை கூற இயலவில்லை. அதைப் பிளந்து பார்த்து ஆராய்ச்சி செய்யுங்கள்' என்று அவன் கூறவே நான் மெல்லச் சிந்தித்துப் பார்த்தேன்; கற்பனைக் குதிரையைத் தூண்டினேன். ஒரு வழி தெரிந்தது.

தோரணையில், பிரவாகம் போல் வந்தது. பாவம் பேதைகளாகிய அந்தக் கிராமத்தாருக்கு அவர் சொன்னது ஒன்றும் விளங்கவில்லை.

அவர்களுக்கெல்லாம் குரு ஸ்தானத்தில் உள்ள ஒரு கிழவன் பாதிரியின் பிரசங்கத்தைக் கேட்டான். நம் மாரியம்மனை இவன் வைகிறான்' என்பது மட்டும் அவனுக்குப் பட்டது. எவ்வளவோ சமயங்களில் மாரியம்மன் அந்தக் கிழவன் மேல் ஆவேச ரூபத்தில் வந்து ஊராருக்கு வாக்குச் சொல்லியிருக்கிறாள். அவனைக் கண்டாலே எல்லோரும் தெய்வம் போல மதிப்பார்கள்.

"இந்தப் பாதிரி கன்னா பின்னாவென்று உளறுகிறான். நம் சாமியைப் பழிக்கிறான். நீங்களெல்லாம் பேசாமல் கேட்டுக்கொண்டிருக்கிறீர்களே என்று கிழவன் கூறினான். அப்பொழுது தான் மற்றவர்களுக்கு அந்த விஷயம் விளங்கியது. அதுவரையில் பாதிரியையும் அவன் பேச்சையும் வெறும் வேடிக்கையாகக் கவனித்து வந்தார்கள்.

பெரிய கிழவன் சொல்லிவிட்டான். அப்புறம் சும்மா இருக்கலாமா? "ஏய், உன் பேச்சை நிறுத்து. எங்கள் சாமியை அப்படியெல்லாம் சொல்லக் கூடாது" என்று கூட்டத்திலிருந்து ஒருவன் கூறினான்.

"ஏன்? நான் சொல்வதில் என்ன தப்பு? நான் உள்ளதைத்தானே சொல்கிறேன்? கல்லையும் மண்ணை யும் செம்பையும் சாமியென்றால் சாமியாகிவிடுமா?"

பெரிய கிழவனுக்கு ரோஷம் வந்துவிட்டது; "ஏய்! நான் சொல்வதைக் கேள்: எங்கள் சாமி சக்தி உனக்குத் தெரியாது. எங்கள் மாரியாயிக்குக் குற்றம் செய்தால் அப்புறம் அதோகதிதான்; ஜாக்கிரதை!" என்று பயமுறுத்தினான்.

பாதிரி அந்த மிரட்டலுக்குப் பயந்தவராகத் தோற்றவில்லை; "அந்தத் தெய்வம் என்னை என்ன செய்துவிடும்? அதைப்போல ஆயிரம் தெய்வங்களை நான் பார்த்திருக்கிறேன்" என்றார்.

"என்ன துணிச்சலடா, இந்தப் படுபாவிக்கு!" என்று யாவரும் அச்சமும் வியப்பும் ஒருங்கே தோற்ற எண்ணினார்கள்.

"இந்தா ; வீணாய்க் கெட்டுப் போகாதே. எங்கள் மாரியாயியின் கோபத்துக்கு ஆளானால் நீ பாழாய்ப் போவாய். பேசாமல் இன்றைக்கே இந்த ஊரை விட்டுப் போய்விடு' என்று எச்சரித்தான் கிழவன்.

"எனக்கு உங்கள் மாரியாயியினால் என்ன வந்தாலும் வரட்டும். அந்த மாரியாயியின் சக்தி என்னிடம் பிரயோஜனப் படாவிட்டால் நீ கிறிஸ்துவன் ஆகிவிடுகிறாயா?" என்று கேட்டார் பாதிரியார்.

"இன்னும் ஒரு வாரம் பார்க்கலாம். வீணாகக் கெட்டுப் போகாதே. இந்தச் சாமி பொல்லாத சாமி."

"உங்கள் சாமியின் சக்தியைத்தான் பார்த்து விடலாமே!"

“இன்னும் ஒரு வாரத்துக்குள் மாரியாயி உனக்குத் தக்க தண்டனை அளிப்பாள்” என்று ஆத்திரத்தோடு சொல்லிவிட்டுக் கிழவன் போய் விட்டான். அன்று முதல் அவன் மாரியம்மனை நோக்கி விரதம் இருக்கத் தொடங்கினான்.

***

ஒருநாள் ஆயிற்று; இரண்டு நாட்களாயின. பாதிரி தம் பிரசங்கங்களை நிறுத்தவேயில்லை. மாரியம்மனும் தன்னுடைய கோபத்தைக் காட்டியதாகத் தெரியவில்லை. “நிச்சயமாகத் தெய்வம் இவனைத் தண்டிக்கும்” என்று கிழவன் சொல்லிக் கொண்டே இருந்தான். ஊரினரெல்லோரும் அவனுடைய வார்த்தைகளில் உறுதியான நம்பிக்கை கொண்டிருந்தனர்.

மூன்றாவது நாள் இரவு அந்தக் கிழவன் ஒரு கனாக் கண்டானாம். அதை அவன் தன் பரிவாரங் களுக்கெல்லாம் கதை கதையாகக் கண்ணில் நீர் ததும்ப எடுத்துச் சொன்னான். “உன்னுடைய விரதத்திற்குச் சீக்கிரம் பலன் கிடைக்கும். உன் வைராக் கியத்தை நான் மெச்சினேன். உன்னுடைய எதிரியை அடியோடு ஒழித்துவிடுகிறேன்” என்று மாரியாயி தன்னிடம் சொப்பனத்தில் சொன்னாளென்று அந்தக் கிழவன் வருணிக்கும் போது கேட்டவர்களுக் கெல்லாம் மயிர்க்கூச்செறிந்தது. நாலாவது நாளே ஆலன் பாதிரி தண்டனையை அடைந்துவிட்டார்.

அன்று அவர் வழக்கம் போல் தம்முடைய கூடாரத்தில் படுத்துக் கொண்டிருந்தார். பாதி ராத்திரியில் யாரோ வாயில் துணி யடைப்பதாகவும் கைகளைக்

கட்டுவதாகவும் ஏதோ ஒன்று உடம் பெல்லாம் ஊசி போலக் குத்துவதாகவும் உணர்ந்தார். திமிரிப் பார்த்தார். ஒன்றும் இயலவில்லை. உடம்பெல்லாம் ஊசிகளால் குத்துவதுபோல் இருந்தது. காலையில் அவரால் எழுந்திருக்க முடியவில்லை. உடம்பு முழுவதும் சிறு சிறு புண்கள்; ரத்தம் கசிந்து கொண் டிருந்தது. கட்டுக்களை யெல்லாம் மிகவும் கஷ்டப்பட்டு அவிழ்த்துக்கொண்டு கிராம முனிசீப்பிடம் ஓடினார்; "ராத்திரி யாரோ சிலர் என் கூடாரத்துக்குள் நுழைந்து என் வாயில் துணியை அடைத்து உடம்பு முழுவதும் ஊசிகளால் குத்திவிட்டுப் போய்விட் டார்கள்" என்று அவர் புலம்பினார்.

கிராம முன்சீப் கிழவனிடம் பக்தியுடையவன். அவன் கிழவனுடைய விரதம் பலித்ததாகவே கருதினான். ஏகக் கூட்டம் கூடிவிட்டது. "சாமியை வைதால் இப்படித்தான் தண்டனை கிடைக்கும்" என்றான் ஒருவன். "மாரியாயி அல்லவா உடம்பெல்லாம் துளைத்துவிட்டாள்!" என்றான் மற்றொருவன். இந்தக் கும்பலுக்கிடையே ஆலன் பாதிரியார் உடம்பு முழுதும் காயங்களோடு நின்றார். அவருக்கு அப்போதுதான் முரடர்களை எதிர்ப்பதனால் என்ன விளையுமென்பது தெரிந்தது. பேசாமல் தம் பொருள்களைச் சுருட்டிக்கொண்டு ரக்ஷகரை நினைத்தபடியே அந்த ஊரை விட்டுப் போய்விட்டார்.

ஆலன் அந்த ஊரில் காயம் அடைந்தமையால் 'ஆலன்காயம்' என்ற பெயர் அதற்கு வந்தது. அது வர வர மாறி ஆலங்காயம்' ஆயிற்று.

***

இந்தக் கதையைச் சொல்லி நிறுத்தினவுடன் ராமசாமி, "மாரியம்மனா ஆலன் பாதிரியைத் தண்டித்தாள்?" என்று கேட்டான்.

"மாரியம்மன் நேரே வரவில்லை. அவளுடைய பரம பக்தனாகிய கிழவனுடைய கனவில் உத்தரவிட்டாள். அந்தக் கிழவன் மூன்று தடியர்களை அழைத்து மாரியம்மன் கோயிலில் உள்ள ஊசிகள் அறைந்த பாதக்குறடுகளைக் கொடுத்து, 'நீங்கள் ஒருவருக்கும் தெரியாமல் இவைகளால் அந்தப் பாதிரியின் உடம்பு முழுதும் காயப்படுத்தி வரவேண்டும். இது சாமியின் உத்தரவு. தவறினால் நம் குடும்பமே, நம்முடைய ஊரே நாசமாகிவிடும். இந்த விஷயத்தை வெளியிலே சொன்னால் உங்கள் தலை வெடித்து விடும்; ஜாக்கிரதை' என்று எச்சரித்து அனுப்பினான். அவர்கள் அவ்வாறே செய்துவிட்டார்கள். மாரியம்மன் அந்தக் கிழவனுக்குப் பிரத்தியக்ஷ மென்பது குழந்தை முதற்கொண்டு சந்தேகமின்றி நம்பிய சமாசாரம். ஆகவே அது மாரியாயியின் ஆக்ஞைதான் என்பதில் அவர்களுக்குக் கடுகளவு கூடச் சந்தேகம் இல்லை. உனக்கு ஏதாவது உண் டாகிறதோ?" என்றேன் நான். "சந்தேகம் உண்டோ இல்லையோ; எனக்கு ஊர்ப்பெயரின் காரணம் தெரிந்துவிட்டது; அதுவே போதும்" என்றான் ராமசாமி.

அவனுக்கு மாரியாயியின் சக்தியில் சந்தேகம் இருந்தாலும் இருக்கலாம்; நான் கூறிய கற்பனைக் கதையைப் பற்றி அவனுக்குச் சிறிதும் சந்தேகமே இல்லை. அதை நானல்லவா சொல்லியிருக்கிறேன்!

நவராத்திரிப் பொம்மை

நவராத்திரி காலத்தில் ஸம்பாதிப்பது தான் உருப்படியாக நிற்கும். ராத்திரி பகலென்று பாராமல் உழைத்தால் பலனுண்டு. அவளுக்கு அவளுடைய கைதான் சொத்து. தன்னுடைய கைத்திறமையினால் அவள் ஜீவித்து வந்தாள். அவள் புருஷன் இருந்த காலத்தில் அவள் இருந்த நிலையே வேறு ; இப்போது இருக்கும் நிலையோ வேறு. ஆனால் இரண்டு காலங்களிலும் அவள் மனம் வைத்து உழைப்பதில் மாத்திரம் வஞ்சகம் செய்வதில்லை. மண் பொம்மைகளைச் செய்து வர்ணம் பூசி விற்று ஜீவனம் பண்ணி வந்தாள். அவளுக்கு வாழ்க்கையில் நம்பிக்கை ஊட்டி நிற்பவன் அந்தச் சிறு குழந்தை வேலன் ஒருவன் தான். அவன் ஒரு வயசாக இருக்கும் போது அவன் தந்தை இறந்து போனான். இப்போது அவனுக்கு அப்பாவைப்பற்றி ஒன்றும் தெரியாது. இந்தப் பிரபஞ்சம் முழுவதும் அம்மா வுக்குள் அடங்கியிருக்கிறதென்பது அவன் நம்பிக்கை.

குப்பம்மாள் இந்த நவராத்திரியில் கொஞ்சம் பணம் மிகுத்தால் தன் பையனைப் பள்ளிக்கூடத்தில் சேர்த்து இரண்டு கோணல் எழுத்து வரப் பண்ணலா மென்று எண்ணியிருந்தாள். அவனுக்கு ஐந்து வயசு நடந்தாலும் அவனுடைய சுறுசுறுப்பும் சூட்டிகையும் அவள் நெஞ்சிலே ஒரு பெருமிதத்தை உண்டாக்கின. பொம்மை பண்ணும் வீட்டில் பிறந்தால் என்ன? அவன் படித்துப் பட்டம் பெற்றுக் கலெக்டராக வரக்கூடாதா என்ன? மண் பொம்மை களைப் பண்ணிச் சாலிவாகனன் பெரிய அரசனாக வந்தானென்ற கதையை அவள் கேட்டிருக்கிறாள். ஆகையால் தன்னுடைய நம்பிக்கை

ஸாத்தியமானதே என்று அவள் நிச்சயித்தாள். தன் கண்ணுக்குக் கண்ணாக வேலனை வளர்த்து வந்தாள்.

அவனுக்கும் பொம்மை பண்ணத் தெரியும். அவனுடைய ஆசையில், ஆர்வத்தில், உழைப்பில் குறைவு ஒன்றும் இராது. ஆனால் அந்தப் பொம்மை ஏதோ ஓர் உருண்டையாக இருக்கும். அதற்குக் கைகால் முகமெல்லாம் அந்தக் குழந்தையின் கற்பனை யளவிலே நின்றுவிடும். "உன் பொம்மை நன்றா யில்லை" என்று குப்பம்மாள் சொல்லமாட்டாள். ரொம்ப நன்றாயிருக்கிறது. வயது வந்தால் நீ பெரிய கெட்டிக்காரனாக ஆவாய். உன் பொம்மைக்குக் கிராக்கி ஏற்படும்" என்று சொல்வாள்; அடுத்த கணமே, 'சீ என்ன பைத்தியக்காரத்தனம். இந்தக் கேவலமான ஜீவனம் இந்தக் குழந்தைக்குமா வரவேண்டும்? இவன் தான் படித்து உத்தியோகம் பார்க்கப் போகிறானே!' என்று எண்ணுவாள்; அந்த எண்ணத்திலேயே ஒரு குதூகலம் உண்டாகும்.

"அம்மா, அம்மா, இதோ பார் என் பிள்ளையார்" என்று காட்டுவான் குழந்தை. அது பிள்ளையாராகவும் இராது; குரங்காகவும் இராது; வெறும் மண் உருண்டை; அதுவும் கோணல் மாணலான உருண்டை.

"நன்றாக இருக்கிறது!" என்று அம்மா சொல்வாள். அம்மாவுக்கு மேலே பெரியவர்கள் அவனுக்கு இல்லை. அதனால் அந்தத் தீர்ப்பைக் கேட்டு அவன் உள்ளம் பூரிப்பான்.

வேலன் பண்ணின பொம்மைகள் – அவனுக்கு அவை பொம்மைகளல்லவா?- நாலைந்து இருந்தன. ஒருநாள்

அவன் தன் அம்மாவிடம் கொஞ்சலாகக் கேட்கத் தொடங்கினான்:

"ஏம்மா, நீ அந்தப் பொம்மைகளை வித்துட்டு வாயேன்."

தாய்க்குச் சிறிது ஆச்சரியம் உண்டாயிற்று. "உன் பொம்மையை வித்துக் காசு வாங்கறயே; இதையும் வித்துட்டு வாயேன்."

"ஆகட்டும் கண்ணு."

"எல்லாப் பொம்மையும் வித்துடுவையா?"

"விற்று விடலாம்! தம்பி."

அவனுக்கு உண்டான சந்தோஷத்தை அப்போது பார்க்க வேண்டுமே!

அவன், தினந்தோறும் சாயங்காலம் அம்மா கடைவீதிக்குப் பொம்மைகளை விற்கக் கொண்டு போகும் போது தன் பொம்மைகளையும் விற்று விட்டு வரவேண்டுமென்று வற்புறுத்தினான்.

அவைகளை எப்படி அவள் விற்பாள்! ஏதேதோ சாக்குச் சொன்னாள். இப்படித் தாமதம் பண்ணி வருவது அவனுக்குப் பிடிக்கவில்லை. அவனுக்கு ஒரு யோசனை தோன்றிற்று; 'ஏன் நாமே கொண்டுபோய் விற்கக் கூடாது?' என்று எண்ணினான்.

2

கடைவீதியில் மாலையில் அந்தச் சிறு குழந்தை தன் கையில் ஒரு காய்ந்த மண் உருண்டையை வைத்துக்கொண்டு நின்றிருந்தான். அதன்மேல் வர்ணங்கள் ஒழுங்கின்றிப் பூசப்பட்டிருந்தன. நவராத்திரி காலம். எவ்வளவோ பேர்கள் பொம்மைகளை விற்றுக் கொண்டிருந்தார்கள். வேலன் ஒரு மூலையில் நின்றுகொண்டிருந்தான்.

"பொம்மை வாங்கலையா பொம்மை! பிள்ளையார் பொம்மை" என்று அவன் தன் மெல்லிய குரலில் கூவினான். யாராவது தெரிந்தவர்கள் கண்டுவிடப் போகிறார்களோ என்ற பயம் உள்ளே இருந்தது. பொம்மை வாங்க அங்கே வந்தவர்கள் அவன் கையில் உள்ளதைப் பார்த்தார்கள். அவர்களுக்குச் சிரிப்புத் தான் வந்தது.

"இது என்ன பொம்மையப்பா?" என்று அவர்கள் கேட்பார்கள். வேலன் ஏதாவது சொல்லுவான். அதைக் கேட்டு அவர்கள் சிரித்துக்கொண்டே போய்விடுவார்கள். அவர்கள் சிரிப்பதன் அர்த்தம் அவனுக்குப் புரியாது. 'நம்முடைய அம்மாதான் இது நல்ல பொம்மையென்று சொன்னாளே; இதை ஏன் இவர்கள் வாங்கவில்லை?' என்று அவன் எண்ணினான். உண்மைதான்; அது அவனுக்கு நல்ல பொம்மை; அவன் அம்மாவுக்கும் அழகிய பொம்மை தான். மற்றவர் கண்களுக்கு அது அப்படித் தோன்றவில்லையே!

கால் வலிக்க நின்றதுதான் லாபம்; தொண்டை வலிக்கக் கத்தியும் பிரயோஜனம் இல்லை. அந்த ஏழைக் குழந்தையின் ஆசை நிறைவேறவில்லை.

வந்தவர்களெல்லாம் அந்தக் குழந்தையின் கையிலுள்ள மண் உருண்டையைத்தான் பார்த்தார்கள்; அதன் மேல் தெளித்திருந்த வர்ணக் குழம்பின் அவலக்ஷணந் தான் அவர்கள் கண்ணிலே பட்டது. அந்தச் சிறு குழந்தை தன் முழு மனத்தையுஞ் செலுத்தித் தன் ஆர்வத்தை யெல்லாம் உருட்டி அதைச் செய்திருந்தானென்று அவர்கள் உணரவில்லை. பாவம்! அவர்கள் சிரிக்கும் போதெல்லாம், அந்தக் குழந்தையின் உள்ளத்திலே ஓர் ஈட்டி பாய்ந்தது போல் இருக்கும்.

அவன் ஆசை நிறைவேறாமல் ஏமாற்றத்தோடு வீடு திரும்ப இருந்தான். அப்போது ஒரு கிழவர் அங்கே வந்தார். அவருடைய கண்கள் வேலன் கையிலிருந்த வஸ்துவை மேற்போக்காகப் பார்க்கவில்லை; ஊடுருவிப் பார்த்தன; "இது என்ன தம்பி?" என்று அவர் கேட்டார்.

"பிள்ளையார் பொம்மை; நான் பண்ணினது" என்று அழாக் குறையாக அவன் சொன்னான். அவ்வளவு நேரம் இந்த உலகத்தின் பரிகாச அலையிலே மோதுண்டிருந்த அவனுடைய உணர்ச்சி அப்போது சிறிதே வெளிவந்தது.

"அப்படியா என்ன விலை?"

இந்தக் கேள்வியை இதுவரையில் ஒருவரும் கேட்கவில்லை. குழந்தை இதற்குத் தயாராக இல்லை. 'என்ன விலை?... என்ன சொல்வது?' அவனுக்கு ஒன்றும் தெரியவில்லை. குழந்தையினிடமிருந்து விடை வரத்

தாமதப்பட்டது. கிழவர் காத்திருக்கவில்லை. "சரி, இதை எடுத்துக்கொள்; பொம்மையை நான் வாங்கிக் கொள்ளுகிறேன்" என்று ஒரு நாலணா நாணயத்தைக் குழந்தையின் கையிலே வைத்து விட்டு அந்தக் களிமண் உருண்டையை அவர் வாங்கிக்கொண்டார்.

வேலன் முகம் மலர்ந்தது. அவன் வாழ்க்கையில் அது ஒரு பெரிய சந்தோஷமல்லவா? தன் பொம்மை கூட விலை போயிற்று; அவ்வளவு நேரம் சிரமப்பட்டுக் காத்திருந்ததன் பலன் அவனுக்குக் கிடைத்து விட்டது. ஒரே ஓட்டந்தான்!

"அம்மா! அம்மா! வித்துட்டேன். இதோ காசு!" என்று அம்மா கையிலே காசைக் கொடுத்தான் அவன்.

குழந்தையைக் காணவில்லையே என்று வருத்தப் பட்டுக்கொண்டிருந்த அவளுக்கு அவனுடைய வேகமான வார்த்தைகள் விளங்கவில்லை. அவன் சொல்லச் சொல்ல அவளுக்கு லேசில் நம்பிக்கை உண்டாகவில்லை. 'இதைப் போய் யார் வாங்கிக் கொள்வார்கள்?' என்று அவள் நினைத்தாள். 'ஆனால், இவனுக்குக் காசு ஏது?' – இந்தக் கேள்விக்கு விடை தெரியவில்லை.

"என் கண்ணே, உன் பொம்மையை வாங்கினவர் யார்?" என்று கேட்டாள்.

"யாரோ தாத்தா வாங்கினார் அம்மா" என்றான் அவன்; "நாளைக்குக்கூடப் போய் வித்துட்டு வரப் போகிறேன்" என்று சொல்லி ஒரு குதி குதித்தான்.

மறுநாள் மாலையில் அவன் தான் செய்த ராசா பொம்மையைக் கொண்டு போனான். முதல் நாள் வந்த கிழவர் அன்றும் அந்தப் பொம்மையை வாங்கிக் கொண்டு சென்றார். அன்று குப்பம்மாள் தன் குழந்தை உண்மையிலேயே பொம்மையை விற்று விட்டுத்தான் வருகிறானென்பதை உணர்ந்தாள். ‘இந்தக் குழந்தை கைராசியுடையவன். தன்னுடைய மண் உருண்டைக்கு நாலணா வாங்குகிற இவன் நம்முடைய அழகிய பொம்மைகளுக்கு நல்ல கிராக்கி கொண்டு வருவான்’ என்று அவளுடைய மனத்தில் ஓர் ஆசை உண்டாயிற்று. படிக்க வைக்கிறதையும் உத்தியோகம் பார்க்கிறதையும் அப்போதைக்கு அவள் மறந்துவிட்டாள். தன் பொம்மைகளை அவன் சாயங்காலம் விற்கிறதும், வாங்குகிறவர்கள் அவனுக்காக நிறையப் பணம் கொடுக்கிறதும், அதனால் அவள் பணக்காரியாகிறது மாகிய மனோராஜ்யத்தை அவள் சிருஷ்டி செய்தாள்.

“தம்பி, நாளைக்கு நான் ஒரு பொம்மை தருகிறேன். அதைக் கொண்டு போய் விற்றுவிட்டு வா. அந்தக் கிழவருக்கே கொடு. நிறையக் காசு கிடைக்கும்” என்றாள் குப்பம்மாள். குழந்தை சம்மதித்தான்.

3

மாலை வேளை. தன் குழந்தைக்கு நன்றாக வேஷ்டியைக் கட்டிக் கையிலே அழகிய ராணி பொம்மை ஒன்றைக் கொடுத்துக் கடைவீதிக்கு அனுப்பினாள் குப்பம்மாள். அவன் புறப்பட்டுப் போனபிறகு அவள் மனம் படபடத்துக்கொண்டிருந் தது; “அரை ரூபாய்க்கு மோசமில்லை” என்று அவள் நிச்சயமாக நம்பினாள். தன் குழந்தை அந்தப் பொம்மையை ஒரு கிழவருக்கு விற்பது

போலவும், அவர் ஒரு ரூபாயைக் கொடுப்பது போலவும், நாளைக்கு நிறையக் கொண்டுவாவென்று அவர் சொல்வது போலவும் அவள் கனவு கண்டாள். தன் குழந்தை விற்றுவிட்டு வரும் வரையில் காத்திருக்கும் பொறுமை அவளிடம் இல்லை. அந்தக் காட்சிகளை நேரிலே பார்க்கவேண்டுமென்ற ஆத்திரம் அவள் நெஞ்சில் அடித்துக்கொண்டது. அவளும் கடைவீதிக்குப் புறப்பட்டாள். தன் மகனுக்குத் தெரியாமல் ஒரு மறைவிடத்தில் நின்று கொண்டு அவனைக் கவனித்துக் கொண்டிருந்தாள்.

வேலன் பொம்மையை எவ்வளவோ பேர் பார்த்தார்கள்; சிலர் கேட்டார்கள். அம்மா சொல்லியபடி அவன் அந்தக் கிழவரை எதிர்பார்த்திருந்தான். ஆதலால் வேறு யாரிடமும் அவன் கொடுக்கவில்லை. அன்றைக்குக் கிழவர் தாமதமாகவே வந்தார். வேலன் கையில் அழகிய ராணி பொம்மை இருப்பதைக் கண்டார்.

"தாத்தா, இந்தப் பொம்மையை வாங்கிக்கொள்ளுங்கோ" என்றான் வேலன்.

அவர் அதை நன்றாக உற்றுப் பார்த்தார். "தம்பி, இது நீ செய்தது அல்லபோல் இருக்கிறதே; யார் செய்தார்கள்?"

"எங்கம்மா பண்ணினது."

"இதை நீ ஏன் எடுத்துக்கொண்டு வந்தாய்?"

"எங்கம்மா கொண்டு போகச் சொன்னாள்."

“அப்படியா! இது உன் பொம்மையைப் போல் அழகாயில்லை. எனக்கு இது வேண்டாம். உங்கள் அம்மாவிடம் கொடுத்துவிடு” என்று சொல்லிவிட்டுக் கிழவர் மேலே நடந்தார்.

பையனுக்கு வருத்தம் சிறிதும் இல்லை. ஓட்டமாக வீட்டிற்கு வந்தான். அவன் தாய் முன்பே வந்துவிட்டாள். அவள் முகத்தில் ஈயாடவில்லை. “அம்மா, உன் பொம்மை நல்லா இல்லையாம். என் பொம்மைதான் நல்லா இருக்குதாம். இது வேணாமாம். தாத்தா சொன்னார்” என்று சொல்லிக் கொண்டே பொம்மையைக் கீழே வைத்தான். அவனுடைய முகத்திலே கர்வக் குறி தோன்றியது.

“நன்றாகவா இல்லை?” என்று அவள் கேட்டாள். அந்தத் தாத்தா ஏன் அப்படிச் சொன்னாரென்று அவளுக்கு விளங்கவே இல்லை; என்றும் விளங்கப் போவதும் இல்லை.

அது மட்டுமா?

பன்னிரண்டு வருஷங்களுக்கு முன் நடந்த நிகழ்ச்சி, கந்தசாமியின் அகக்கண் முன் வந்தது. அதே வாத்தியார் சுப்பராயர் தாம் தம்முடைய ஒரு சாண் பிரம்புடனும் கயிறு கட்டிய பழைய மூக்குக்கண்ணாடியுடனும் காட்சியளித்தார். இவ்வளவு வருஷங்களில் வீசைக்கணக்கான நாசிகா சூரணத்தை ஏற்றுமதி செய்த அவர் திருமூக்கு முன்னைக்கு இப்போது பெரிதாகி இருந்தது. தாலூகா போர்டு எடுபடுவதற்கு முன் தர்மபுரி தாலூகாவைச் சார்ந்த காவாப்பட்டியில் அவர் தலைமை உபாத்தியாயராக இருந்தார். அப்பொழுது பள்ளிக்கூடந்தான் அவருடைய கோட்டை; பையன்கள் குடிஜனங்கள்.

'கோலாடாவிட்டால் குரங்கு ஆடாது' என்பது சுப்பராயர் மூலமந்திரம். பையன்களைக் குரங்குகளாகப் பாவித்த அவர், அந்த உபமானத்தை இன்னும் விரித்துத் தம்மைக் குரங்காட்டியாகப் பாவித்துக்கொண்டிருப்பாரா? அவ்வளவு தூரம் அவர் சிந்தனை செய்திருந்தால் அந்தப் பழமொழியை அவர் ஏன் திருப்பித் திருப்பிச் சொல்கிறார்?

பையன்களை அடிப்பதென்றால் அவர் முறையே வேறு. குற்றவாளியாகிய பையனைப் பெஞ்சிமேலே குப்புறப் படுக்க வைப்பார். தலையையும் காலையும் சில பையன்கள் பிடித்துக்கொள்வார்கள். சுப்பராயர் ஒரு சிமிட்டாப்பொடியை எடுத்து உறிஞ்சுவார். தம் செங்கோலாகிய பிரம்பை எடுத்துக் கொள்வார். பிறகு அவருடைய உத்ஸாகத்தைப் பார்த்தால், "தண்டிப்பதும்

ஒரு கலை; ஆத்திரமில்லாமல் அவசரப்படாமல் நிதானமாக முறைபிறழாமல் தண்டிப்பது ஒரு கலைதான்'' என்று தோன்றும்.

இந்த மாதிரியான தண்டனையை ஒரு முறை பெற்றவன் கந்தசாமி. அங்கே அவன் தகப்பனார் இரண்டு வருஷம் உத்தியோகத்தில் இருந்தார். மூன்றாவது நான்காவது வகுப்புகளை அவன் காவாப்பட்டிப் பள்ளிக்கூடத்தில் படித்தான். நான்காம் வகுப்பில் படித்தபோதுதான் அந்தப் பிரப்பம்பழப் பூசை நடந்தது. அவனுடைய அப்பா சும்மா விடுவாரா? மேல் அதிகாரிகளுக்கு எழுதினார். கடைசியில், பாவம் சுப்பராயரை அந்தப் பள்ளிக்கூடத்திலிருந்து மாற்றித் தாலூகாவில் ஒரு மூலையில் உள்ள பள்ளிக் கூடத்தில் ஓர் உதவி உபாத்தியாயராக நியமித்து விட்டார்கள்.

சுப்பராயர் அதன்பிறகு தம் செங்கோலை அதிகமாகப் பிரயோகிப்பதில்லை. ஆனாலும் கண்ணுக்குக் கண்ணாடியும் மூக்குக்குப் பொடியும் எவ்வளவு அவசியமாக இருந்தனவோ அவ்வளவு அவசியமாக அவர் கைக்குப் பிரம்பு இருந்தது. அதை அவர் கையில் வைத்துக்கொள்ளாவிட்டால் ஒன்றும் ஓடாது. தலைமை உபாத்தியாயர் எவ்வளவோ சொல்லிப் பார்த்தார். சுப்பராயர் சில நாள் பிரம்பைத் தொடாமல் இருந்தார். ஆனாலும் பென்ஸிலையாவது வைத்துக்கொண்டுதான் பாடம் சொல்லிக் கொடுப்பார். “பாவம்; வயசானவர், போகட்டும்'' என்று பெரிய உபாத்தியாயர் அவரைத் தொந்தரவு செய்யவில்லை. அதனால் அவரது பிரம்பு மறுபடியும் அவர் கையில் ஏறிக்கொண்டது.

பிரம்புபாணியாக அவர் தோற்றினாலும் அதை அவர் உபயோகிப்பதில்லை. ‘குட்டுப்பட்ட’ பழைய அநுபவம் ஒன்று இருந்தது; அதோடு காலமும் மாறிக் கொண்டே வருகிறதல்லவா?

துரைத்தனத்தார் தாலூகா போர்டுகளை எடுத்து விட்டனர். பள்ளிக்கூடங்களெல்லாம் ஜில்லா போர்டின் நிர்வாகத்தில் வந்தன. ஒரு ஜில்லாவின் மேல் கோடியில் இருந்தவர்கள் கீழ்க்கோடிக்கும் தென் கோடியில் உள்ளவர்கள் வடகோடிக்கும் மாற்றப்பட்டார்கள். அதுவும் சேலம் ஜில்லாவில் போக்குவரத்துச் சௌகரியங்கள் குறைவு. ஒரு தாலூகாவிற்குள்ளே வளைய வளைய வந்து சிநேகிதர்களைச் சம்பாதித்துக்கொண்ட ‘பழைய பெருச்சாளிகள்’ ஆசைமுகம் மறைந்து போகும்படி எங்கெங்கோ மாற்றப்பட்டார்கள். அந்தக் கலவரத்தில் சுப்பராயருக்கு அதிருஷ்டம் அடித்தது. நல்ல காவேரி தீரமாக, பட்டணத்துக்குப் பட்டணம், கிராமத்துக்குக் கிராமம் என்று சொல்லும்படியாக ஓர் ஊர் கிடைத்தது. நாமக்கல் தாலூகா மோகனூரில் உள்ள உயர்தர எலிமென்டரி பாடசாலையில் நான்காம் வகுப்பு உபாத்தியாயராக அவர் வந்து சேர்ந்தார். ‘அக்கிரஹார வாசம்; காவேரி ஸ்நானம்; சிவாலய தரிசனம்’ – இந்தமாதிரி வயசான மனிதர்களுடைய கவனத்துக்குப் பாத்திரமான விஷயங்களெல்லாம் அங்கே பொருந்தியிருந்தன.

இந்தச் சந்தோஷ வாழ்விலே கலக்கத்தை உண்டு பண்ணக் கந்தசாமி பிள்ளை வந்து சேர்ந்தார். இப்பொழுது அவர் கந்தசாமி அல்ல; கந்தசாமி பிள்ளை; அவர் ‘ஸ்கூல் பைனல்’ பரீக்ஷையில் சிறப்பாகத் தேறி ‘டிரெயினிங்’ பரீக்ஷை கொடுத்து அதில்

மாகாணத்திலேயே முதல்வராகி நின்றவர். சேலம் ஜில்லாவில் எடுத்தவுடனே ஒரு பெரிய பள்ளிக் கூடத்தில் வேலை கிடைத்தது. இரண்டாவது வருஷமே மோகனூர்ப் பாடசாலைக்குத் தலைமை உபாத்தியாயராக வந்து சேர்ந்தார்.

"இவர் அதே சுப்பராயர்தாம்" என்று கந்தசாமி பிள்ளை அறிந்துகொண்டார்.

"இவன் அதே கந்தசாமிதான்" என்று சுப்பராயர் தெரிந்து கொண்டார்.

அட படுபாவி! நீ எங்கேயடா வந்து சேர்ந்தாய்! இந்த இடத்திலே சௌக்கியமாக இருக்கலாமென்று எண்ணியிருந்தோமே. இவன்கீழ் நாம் வேலை பார்ப்பதைவிட நாக்கைப் பிடுங்கிச் செத்துப்போகலாமே , சீசீ! உத்தியோகம் அடிமை வாழ்வு. ஈசுவரா! என்னை இந்த நிலைமைக்குக் கொண்டு வரவா இந்த ஊருக்கு அழைத்து வந்தாய்?' என்று அவர் அங்கலாய்த்தார். அவ்வூரில் உள்ள காந்தமலை யென்னும் குன்றில் எழுந்தருளியிருக்கும் ஸ்ரீ சுப்பிரமணிய போய்த் தரிசித்து வந்தார். என்ன என்னவோ வேண்டிக் கொண்டார்.

கந்தசாமியோ அந்தக் கிழவரை மற்ற உபாத்தியாயர்களைப் போலவே நடத்தி வந்தான். ஆனாலும் சுப்பராயருக்கு அவன் பார்வையிலே ஏதோ விஷம் இருப்பது போலவே தோன்றியது. "ஸார்" என்று கந்தசாமி தம்மைக் கூப்பிடும் போதெல்லாம் 'ஏதோ பழிவாங்கத்தான் கூப்பிடுகிறான்' என்று நினைத்துக் கொள்வார். அவன் சிரித்துக்கொண்டே அவரைப் பார்த்தால், உள்ளுக்குள்ளே ஏதோ பெரிய சூழ்ச்சி

செய்தபடியே தம்மைப் பரிகாசம் செய்கிறானென்று எண்ணுவார். பாவம்! கந்தசாமி வந்தது முதல் அவருடைய காவேரி ஸ்நானம் கிரமமாக நடைபெறவில்லை; ஆகாரம் சரியாக இறங்கவில்லை.

கடைசியில் துணிந்து ஜில்லா போர்டாருக்கு ஒரு விண்ணப்பம் எழுதினார். தம்முடைய பந்துக்கள் வேறு இடங்களில் இருப்பதாகவும், வயசான காலத்தில் அவர்களுக்குப் பக்கத்தில் இருக்க விரும்புவதாகவும், அவ்வளவு வருஷங்களாக நன்றியுள்ள ஊழியனாக இருந்ததற்கு இந்தப் பெரிய உபகாரத்தைச் செய்ய வேண்டு மென்றும் வக்கணையாகக் கர்நாடக தோரணையில் இரண்டு பக்கங்களை நிரப்பித் தலைமை உபாத்தியாயர் மூலமாக அனுப்பினார். அனுப்பி விட்டு ஒவ்வொரு நாளும் தமக்கு மாற்றுதல் உத்தரவு வருமென்று எதிர்பார்த்தார். வரவே இல்லை.

இங்கே ஒரு நாள் போவது ஒரு யுகமாக இருந்தது அவருக்கு. ஒவ்வொருநாளும் அந்தப் படுபாவி முகத்தில் விழிப்பதற்கு அவர் மனம் சம்மதிக்கவில்லை. ஒன்றும் தோன்றாமல் இரண்டு மாதம் லீவுக்கு எழுதினார். லீவு வந்தது.

பெண்டாட்டி பிள்ளைகளைத் தம் மைத்துனன் வீட்டில் விட்டுச் சேலத்திற்கு ஓடினார். ஜில்லா போர்டு பிரஸிடெண்ட் துரையைக் கண்டு அழுதார். குமாஸ்தாக்களுக்குச் சுகந்த புஷ்பங்களும் சுவர்ண புஷ்பங்களும் சமர்ப்பித்தார். கடைசியில் ஒருவாறு காரியத்தைச் சாதித்துக்கொண்டு வந்து சேர்ந்தார். லீவு முடிந்தவுடன் எடப்பாடி உயர்தர எலிமெண்டரி பாடசாலையில் முதல் உதவி உபாத்தியாயராக வேலை

பார்க்கும்படி அவருக்கு உத்தரவு வந்தது. அன்று தான் அவருக்குப் பழைய உயிரும் வந்தது.

மோகனூருக்குப் போய் நண்பர்களிடம் விடை பெற்றுக் கொண்டார். காந்தமலை ஆண்டவனுக்கு அபிஷேகம் செய்தார். காவேரிக்கு ஒரு நமஸ்காரம் செய்தார். கால் மண்ணை அங்கேயே உதறி விட்டு எடப்பாடிக்குப் புறப்பட்டு விட்டார்.

எடப்பாடிக்குச் சுப்பராயர் வந்து இரண்டு மாதங்கள் ஆயின. அங்கே தலைமை உபாத்தியாயராக இருந்தவர் வயசானவர். அடுத்த வருஷம் உத்தியோகத்திலிருந்து விலகப்போகிறவர். தூண்டித் துருவிப் பார்த்தால் சுப்பராயருக்கு ஒருவிதத்தில் உறவாகக்கூட இருந்தார். நாராயணையர் என்பது அவர் திருநாமம். இரண்டு பேரும் கர்நாடகப் போர் வழிகளாதலால் மனமொத்துப் பழகினார்கள். காவேரி தீரத்தை விட்டு வந்த சுப்பராயருக்கு அவருடைய பழக்கம் கொஞ்சம் ஆறுதல் அளித்தது.

ஆனால் ......?

இரண்டு மாதங்களுக்குப் பிறகு ஒரு நாள் திடீ ரென்று நாராயணையர் மாரடைப்பினால் இறந்து விட்டார். ‘சரி, நமக்குத்தான் தலைமைப் பதவி கிடைக்கும். இன்னும் இரண்டு வருஷமோ மூன்று வருஷமோ வேலையில் இருக்கப் போகிறோம். அதற்குள் ஒரு தடவை இதைப்போன்ற பெரிய பள்ளிக் கூடத்தில் ஹெட்மாஸ்டராக இருந்து அந்தக் கௌரவத்தோடே ஓய்வெடுத்துக் கொள்ளலாம் என்று எண்ணினார். ஒரு வாரம் அவர் ஆக்டிங் ஹெட்மாஸ்டராகக் கூட இருந்தார்.

அடுத்த வாரம் திங்கட்கிழமை வந்தது. ஒரு புதிய ஹெட்மாஸ்டர் ஜில்லா போர்டாரிடமிருந்து தமக்கு ஒன்றும், அந்த ஆக்டிங் ஹெட்மாஸ்டருக்கு மற்றொன்றுமாக இரண்டு உத்தரவுகளைப் பெற்று வந்தார். எதிர்பாராத விதமாக நாராயணையர் காலமாகி விட்டபடியால் இந்த ஏற்பாட்டை ஜில்லா போர்டார் அவசர அவசரமாகச் செய்தார்கள். புதிய ஹெட்மாஸ்டராக அனுப்ப எண்ணியவரை நேரே வருவித்து உத்தரவுகளையும் கையிலே கொடுத்து விட்டார்கள்.

சுப்பராயர் ஆசையில் மண் விழுந்தது. அது மட்டுமா?

நிமிர்ந்து பார்த்தார். அந்தப் புது ஹெட் மாஸ்டர் யார் தெரியுமா? சாக்ஷாத் கந்தசாமிதான்.

அவர் கைப்பிரம்பின் தழும்பு பட்ட அவனேதான்!

இளமைப் பலி

"குழந்தாய், நீ இன்று முதல் உங்கள் மாமன் வீட்டுக்குப் போகவேண்டாம். ஏதாவது விசேஷம் அம்மாவை அழைத்துக்கொண்டு போய் விட்டுச் சீக்கிரம் வந்துவிடு." இவ்வாறு தன் தகப்பனார் கூறுவாரென்று விசாகை கனவிலும் எதிர்பார்க்கவில்லை. இப்படித் திடீரென்று அவர் கூறுவதன் காரணமும் அவளுக்குப் புலப்படவில்லை. 'மாமாவுக்கும் அப்பாவுக்கும் மனஸ்தாபம் உண்டா?' என்று யோசித்தாள். அவர்கள் இருவரும் எவ்வளவோ அன்யோன்யமாகப் பழகுபவர்களென்பதை அவள் நன்றாக அறிவாள். பல தலைமுறைகளாக இரண்டு குடும்பங்களும் விவாக சம்பந்தத்தால் பிணைக்கப்பட்டே இருந்தன. இந்தத் தலைமுறையில் இரண்டு குடும்பத்துக்கும் இடையே உள்ள ஒற்றுமை எப்பொழுதையும் விட அதிகமாக இருந்தது. இரண்டு வீட்டாரும் ஒருவருக்கொருவர் மனங்கலந்து பழகினார்கள்.

இவ்வளவு நெருங்கிய தொடர்புடைய வீட்டிற்குப் போகவேண்டாமென்று தகப்பனார் கூறியதைக் கேட்ட அவளுக்கு ஆச்சரியம் உண்டாவதில் தடை யென்ன?

ஆச்சரியம் மட்டும் அன்று; அதற்குமேல் மற்றோர் உணர்ச்சி அவள் இதயத்தில் உண்டாயிற்று. அவள் தன் மாமன் வீட்டிற்குப் போவதற்கு முக்கியமான காரணம் ஒன்று உண்டு. தன் மாமன் மகனோடு சம்பாஷிப்பதையும், தன் மாமன் மனைவியிடம் தான் கற்ற பாட்டுக்களைப் பாடிக் காட்டுவதையும் விசாகை மிக்க சந்தோஷகரமான செயல்களாகவே கருதினாள்.

ஆனாலும் அதற்கு மேற்பட்ட சந்தோஷத்தைத் தரும் காரியம் ஒன்று இருந்தது.

விசாகையின் மாமனுக்கு ஒரு மகன் இருந்தான். அவன் பெயர் தருமதத்தனென்பது. வியாபாரத் துறையில் சலியாத முயற்சியும் நல்ல அழகும் அறிவும் அவனிடம் இருந்தன. விசாகைக்கு அவன்பால் காதல் உண்டாயிற்று. அவனும் அதை உணர்ந்தான். அவளைக் காதலித்தான். இருவருடைய காதலும் வளர்ந்து வந்தன. உலகத்தோர் முன் கல்யாணக் கோலத்தில் வெளிப்படும் காலத்தை அவ்விரண்டு இளங் காதலர்களும் எதிர்பார்த்திருந்தனர். விசாகை தருமதத்தனைப் பார்ப்பதிலும் பேசுவதிலும் இன்பம் கண்டாள். அதனால் அடிக்கடி மாமன் மனை சென்று வந்தாள்.

அவ்விருவரும் காதல் கொண்டுள்ளதை இரண்டு குடும்பத்தினரும் அறிவார்கள். ஆதலின் அவர்கள் காதல் இடையூறின்றி விருத்தியாயிற்று. அது நிறை வேறுவதற்கு இம்மியளவேனும் தடையில்லை.

இந்த நிலையில் தன் வருங்கால வாழ்க்கையைப் பற்றிக் கற்பனை எவ்வளவு தூரம் செல்லுமோ அவ்வளவு தூரம் செல்லவிட்டுக் கனவு கண்ட விசாகைக்குத் தன் தந்தையார் போட்ட உத்தரவு இடி இடித்த மாதிரி இருந்தது.

“ஏன் அப்பா” என்று நடுங்கிக்கொண்டே கேட்டாள் விசாகை.

“நம்முடைய குடும்பத்தில் நம் முன்னோர்கள் எவ்வளவோ மானமாக வாழ்ந்து வந்தார்கள். பழி

வந்தால் உயிரைக்கூட விட்டுவிடுவார்கள். இந்தக் காவிரிப்பூம்பட்டினத்தில் வணிகர் குடிக்கெல்லாம் நாயகமாக நம் குடும்பம் விளங்கிவருகிறது. யாதொரு மாசு மறுவும் இன்றிப் பூர்ண சந்திரனைப் போல விளங்கிவரும் இந்தக் குடிப்பெருமைக்கு என் காலத்தில் பழி வரவே கூடாது.''

தன் தகப்பனாரா இப்படிப் பேசுகிறாரென்று விசாகை எண்ணினாள். 'இதென்ன! பழி, குடிப் பெருமைக்கு மாசு – இவைகளெல்லாம் நான் ஒரு காலும் கேளாத வார்த்தைகள்' என்று அவள் மனங் குழம்பினாள்.

''நான் தீர யோசித்துத்தான் சொல்கிறேன். நீ உன் மாமன் வீட்டிற்குப் போவதை அடியோடு நிறுத்திவிட்டாற் கூட நல்லது'' என்று மறுபடியும் தகப்பனார் கூறினார்.

''அப்படியே செய்கிறேன்; ஆனால் நீங்கள் பழியென்றும் குடிப்பெருமைக்குக் கேடென்றும் என்னவோ கூறினீர்கள். நீங்கள் இவ்வாறு சொல்வதற்கு என்ன காரணம் என்று எனக்கு விளங்கவில்லையே.''

''குழந்தாய், நீ அதைப்பற்றிக் கவலைப்பட வேண்டாம். நம்மேற் குற்றம் இல்லாவிட்டாலும் உலகம் பொல்லாதது. அதற்குப் பயந்து பெரிய மகான்கள் கூட வணங்கிப் போயிருக்கிறார்கள். எதற்கும் நாம் ஜாக்கிரதையாக இருப்பது நல்லது.''

அவர் பேச்சு மூடுமந்திரமாகவே இருந்தது. விசாகைக்குப் பின்னும் கலக்கம் அதிகரித்தது; அவள் கண்களில் நீர் துளித்தது.

“அப்பா, நான் ஏதாவது தவறு செய்திருந்தால் அதை வெளிப்படையாகக் கூறி அதற்கேற்ற தண்டனை விதியுங்கள். நான் ஏற்றுக்கொள்கிறேன். ஒன்றுமே விளங்காமல் நீங்கள் என்னவோ சொல்கிறீர்கள். எனக்கு மிக்க வருத்தம் உண்டாகிறது.”

“ஒன்றும் இல்லையம்மா! நீ வயது வந்த பெண். நீ பிறர் வீட்டுக்குத் தாராளமாகப் போய்ப் பழகுவது நல்லதன்று என்று யாரோ சொன்னார்களாம். அப்படி ஒரு சொல் உண்டாகும்படி நாம் வைத்துக் கொள்ளக்கூடாதென்று எண்ணினேன்.”

அறிவுடைய பெண் அவள். அவளுக்கு விஷயம் விளங்கிவிட்டது. சந்திகளிலும் திண்ணைகளிலும் வம்பளக்கும் வீண் மனிதர்கள் தன்னைப்பற்றியும் தருமதத்தனைப் பற்றியும் ஏதேனும் தவறாகச் சொல்லியிருக்கக்கூடுமென்றும், அதைக் கேட்டே தன் தகப்பனார் இவ்வாறு கலங்குகிறாரென்றும் அவள் ஊகித்துக்கொண்டாள்.

விஷயமும் அதுதான். “என்ன இருந்தாலும், தாலி கழுத்தில் ஏறின பிறகல்லவா அவர்கள் புருஷனும் மனைவியும் ஆவார்கள்? அதற்குள்ளே இப்படிப் பழகுவதென்றால் அடுக்குமா?” என்று சிலர் சொன்னார்கள்.

“பெண்பிள்ளைகளுக்கு இவ்வளவு சுதந்திரம் தந்துவிட்டால் அப்புறம் மானம் மரியாதை எல்லாம் அதோ கதிதான்” என்று சிலர் வம்பளந்தார்கள்.

“யார் என்ன கண்டார்கள்? விசாகை இன்னும் கன்னித்தன்மை கெடாமலே இருக்கிறாளென்பது என்ன நிச்சயம்?” என்றுகூடச் சிலர் பேசினார்கள்.

இந்தப் பேச்சுக்களில் சில காற்று வாக்கில் விசாகையின் தகப்பனார் காதிலே பட்டன. ‘மானமிழந்த பின் வாழ அறியாத’ குலத்திற் பிறந்த அவருக்கு அவை மனக்கலக்கத்தை உண்டாக்கின.

2

‘விசாகை கன்னிமாடம் புகுந்தாள்’ என்பதே காவிரிப்பூம் பட்டின முழுவதும் பேச்சு.

“அடடா! என்ன உத்தமமான பெண் அவளைப் போய் எந்தப் பாவியோ அடாது சொன்னானாமே! அவன் நாக்குப் புழுத்துத்தான் போகும்” என்றார்கள் சிலர்.

விசாகை தன் குலத்தின் பெருமையை நிரூபிக்கும் பொருட்டு வாழ்வு முழுவதும் கன்னியாகவே இருக்கும் விரதத்தைப் பூண்டு கொண்டாள். யாராரோ தடுத்துப் பார்த்தார்கள். “என்னுடைய காதல் சிறந்தது. அது இந்த உடம்பை மட்டும் பொறுத்ததன்று. தருமதத்தன் என் காதலன். அவன்பால் உள்ள என் காதல் உயிரோடு சம்பந்தமுடையது. அது பிறவிதோறும் தொடரும். இந்தப் பிறவியிலே நாங்கள் கணவன் மனைவியராக வாழாவிட்டாலும் அடுத்த பிறவியிலே நாங்கள் பிரிவின்றி வாழ்வோம். இந்த உறுதி எனக்கு உண்டு. என்னுடைய காதல் வயிரம் போன்ற தென்பதை இந்த உலகம் அறியட்டும். என் வாழ்வு முழுவதும்

கன்னியாகவே இருப்பேன்'' என்று அவள் சபதம் பூண்டாள்.

''பீஷ்மன் தன் தந்தையின் சுகத்தின் பொருட்டுப் பிரமசரிய விரதம் பூண்டானென்று கேட்டிருக் கிறோம். தன் குடிப்பெருமையைக் காட்ட இவ்வாறு விரதம் பூணும் வீரமகளைப்பற்றி நாம் கேட்டதில்லை. விசாகை வாழ்க'' என்று நல்லோர் வாழ்த்தினார்கள்.

விசாகை காவிரிப்பூம்பட்டினத்தில் புத்ததேவன் திருக்கோயிலுக்கருகில் உள்ள கன்னிமாடத்தில் புகுந்தாள்.

தருமதத்தன் இதை உணர்ந்தான். தன் காதலியின் வீர சபதம் அவனுக்குப் பெருமையைத் தந்தது. ஆனாலும் சொல்லமுடியாத வேதனை ஒன்று அவன் மனத்திலே குடி புகுந்தது. இனிமேல் விசாகையைக் காண முடியாதென்பதை எண்ணும் போது அவனுக்கு வாழ்க்கையிலேயே வெறுப்புத் தட்டியது. என்ன பைத்தியக்கார உலகம்! கிடைத்தற்கரிய ஓர் இனிய அழகிய மலரைப் பயன்படாமல் வாடிப்போகும்படி யல்லவா செய்துவிட்டது!'' என்று பெருமூச்செறிந்தான். 'இந்த ஊரிலே இருப்பது கூடப் பாவம்' என்று அவனுக்குத் தோற்றியது. 'ஏன்? இந்தச் சோழநாட்டிலே கூட அடிவைக்கக் கூடாது' என்று எண்ணினான். இந்த எண்ணமே அவன் மனத்தை ஆட்கொண்டது. மிகவும் தீவிரமாக யோசித்தான் கடைசியில் பாண்டி நாட்டுக்குப் போய் மதுரையிலே வாழ்வதென்று நிச்சயித்தான். அவனும் வாழ்நாள் முழுவதையும் பிரமசாரியாகவே கழிக்கும் சபதத்தைப் பூண்டான்.

காவிரிப்பூம்பட்டினத்தைத் தொழுது துறந்து மதுரைக்குப் போனான். அவன் உள்ளம் மட்டும் விசாகையை மறக்கவில்லை. அவளது கன்னிக்கோலம் ஒரு தெய்வ விக்கிரகம் போல் அவனது இருதயத் தாமரையிலே இடங்கொண்டது. அதை அவன் நாள்தோறும் அன்பு மலரால் பூஜித்து வந்தான்.

மதுரையில் அவன் தன் தொழிலை நடத்தத் தொடங்கினான். அறிவாளி எந்தத் தீவாந்தரத்தில் இருந்தால் தான் என்ன? புகழும் பெருமையும் அவன் இருக்குமிடம் தேடி வந்து அடைகின்றன. தருமதத் தன் மதுரை வணிகர்களுக்குள் முக்கியமானவன் ஆனான். திருமகள் கடாக்ஷத்தை நிரம்பப் பெற்றான். அவனுடைய செல்வாக்குப் பெருகியது; புகழ் பரவியது. பாண்டிய மன்னன் அவனுக்கு எட்டி என்னும் பட்டம் அளித்துப் பாராட்டினான். ஆனாலும் அவன் மாத்திரம் திருப்தியை அடையவில்லை. தாமரை இலைத் தண்ணீரைப்போல் அவன் வாழ்ந்து வந்தான். பணமும், புகழும், மதிப்பும் அவனுக்குத் திருணமாகத் தோற்றின.

விசாகையோ தன் உள்ளத்துள்ளே தரும தத்தனை வைத்துப் பூஜித்து வந்தாள் ; புறத்தே புத்த தேவனைப் பூஜித்து வந்தாள். காவிரிப்பூம்பட்டின வாசிகளுக்கு அவள் தெய்வமாகி விட்டாள்.

அவளுடைய கன்னி விரதம் அவளுடைய மதிப்பை ஆயிரம் பங்கு உயர்த்தி விட்டது. ‘விசாகையென்றால் தூய்மைக்கு அறிகுறி; விரதத்தின் உருவம்; வீர விளக்கு’ என்று காவிரிப்பூம்பட்டினத்தார் அவளைப் போற்றினார்கள்.

3

ஒன்று, இரண்டு, மூன்று – பத்து, இருபது முப்பது, நாற்பது வருஷங்களாகிவிட்டன. வீரப்பிரம சாரியாகிய தருமதத்தனுக்கு இப்பொழுது அறுபது வயது. அவன் மதுரையில் ஒரு திலகம் போல விளங்கினான். அறுபது வயது முடிந்த காலத்தில் அவனுடைய செல்வம் பெருகி விட்டது. அவன் இளமை தளர்ந்தது. ஆயினும் உள்ளக் கோயிலில் உள்ள காதலும் காதலியின் உருவமும் அன்று போல் இன்றும் வாடா இளமையோடு இருந்தன.

விசாகை கிழவியாகி விட்டாள். அவள் மயிர் நரைத்து விட்டது. கன்னிக் கோலத்தில் அவள் பழுத்து நின்றாள்.

“இவ்வளவு செல்வத்தை இதுவரையில் ஈட்டினோம். இனிமேல் இதைக் கொண்டு தருமம் செய்வதே நம் கடமை” என்று தருமதத்தன் நினைத்தான். ‘இனிமேல் காவிரிப்பூம்பட்டினம் செல்லலாம்’ என்ற எண்ணம் உண்டாயிற்று.

தருமதத்தன் தன் இருபதாம் பிராயத்தில் துறந்த தன் பிறப்பிடத்தை அறுபதாம் வயதில் வந்து மிதித்தான். அந்த ஊரை மிதித்தவுடன் அவனுக்குப் பழைய எண்ணங்கள் ஒன்றன் பின் ஒன்றாக உண்டாயின. மதுரையில் தன் தாய் தந்தையருடன் வாழ்ந்து வந்த அவன் இப்பொழுது தனியனானான். அவர்கள் அவன் மதுரையில் இருந்தபோதே காலஞ் சென்றனர். தன் பழைய வீட்டிற்குத் தனியாக, மதுரையிலே சம்பாதித்த செல்வக் குவியலுடன் புகுந்தான்.

அன்று காவிரிப்பூம்பட்டின முழுவதும் திருவிழாப் பட்டபாடு பட்டது. தருமதத்தனை ஊரில் ஒரு குஞ்சுகூடப் பாக்கியில்லாமல் வந்து பார்த்தார்கள். யாவரும் நாற்பது வருஷத்துக்கு முன் நிகழ்ந்த கதையை, வீர சபதங்களை நினைந்து வியந்தார்கள். சிலர் கண்ணீர் வடித்தார்கள்.

தருமதத்தன் வந்தது விசாகைக்குத் தெரிந்தது. அவள் மனம் அவனைக் காண வேண்டுமென்று துடித்தது. 'இனி உலகம் பழிக்க இடமில்லை. நாம் தனிமை தீர்ந்து ஒன்றுபட்டு வாழவேண்டும்' என்று அவள் எண்ணினாள்.

தருமதத்தன் வீட்டு வாயிலில் பெருங் கூட்டம். மலர் மாலைகளும் வாசனைச் சுண்ணங்களும் குவிந்து கிடந்தன. விசாகை தருமதத்தனைப் பார்க்க வருகிறாளென்ற செய்தி தெரிந்ததும் ஊரே கூடிவிட்டது. இரண்டு தெய்வங்கள் உலகத்தில் ஒன்று சேர்ந்தால் எத்தனை ஆரவாரம் இருக்கும், அத்தனை ஆரவாரம்!

மகளிர் புறஞ்சூழக் கன்னித் தெய்வம், வீர விசாகை, தருமதத்தனது வீட்டுள் புகுந்தாள். தருமதத்தன் ஆவலோடு அவளை எதிர்பார்த்து நின்றான்.

இருவரும் சந்தித்தனர். ஒருவருடைய கண்கள் மற்றொருவருடைய கண்களைப் பருகின. நாற்பது வருஷங்களாகக் கொண்ட தாகம் ஒரு கணத்திலே தீருமா? பேசத்தான் வாய் வருமா?

அவர்கள் பார்வையினால், நாற்பது வருஷங்களாக வளர்த்து வந்த விரதக்கனலின் சோதி ஒன்று பட்டது. சிறிது நேரம் மௌனத்திலே யாவரும் மூழ்கினர்.

“தத்தரே, மீண்டும் இந்த மண்ணை மிதிக்க உமக்கு மனம் வந்ததா?” என்றாள் விசாகை.

“இனியும் நம்மைக் குறை கூறுவதற்கு இந்தக் காவிரிப்பூம்பட்டினம் அவ்வளவு முட்டாளாகவில்லை யென்ற நம்பிக்கையே என்னை மீண்டும் இங்கே வரச் செய்தது” என்றான் தருமதத்தன்.

“ஆம், இப்போது இந்த நகரம் விழித்துக் கொண்டது. நாம் தவறு செய்தால் கூட நம்மைக் கண்டிக்காது. தவறு செய்யவும் மார்க்கமில்லை. என்ன ஆச்சரியம்! என் உள்ளக்கோயிலில் நான் பூஜித்து வரும் உமது இளமை உருவம் எங்கே இப்போது இருக்கும் உமது உருவம் எங்கே! அந்த அழகெல்லாம் இப்பொது எங்கே போயின? ‘இளமையுங் காமமும் யாங்கொளித் தனவோ!’ என் அழகும் இளமையும் போயின. ஆனாலும் என் காதல் இன்னும் உறுதி பெற்றே இருக்கிறது” என்றாள் விசாகை. புத்தமத ஆராய்ச்சியிலே ஊன்றிய அவள் அறிவு இளமையும் அழகும் நில்லா வென்பதை அனுபவத்தில் அறிந்தது. காதல், இளமைக்கும் அழகுக்கும் அப்பாற்பட்டதென்பதை அவள் நிலை வெளிப்படுத்தியது.

அன்று முதல் விசாகை கன்னிமாட வாழ்வை நீத்தாள். அந்தக் கன்னியும் அந்தப் பிரமசாரியும் ஒருங்கே இருந்து, தருமதத்தன் ஈட்டிய செல்வத்தைக்கொண்டு தருமம் செய்வதிலே பொழுது போக்கினார்கள்.

அவர்களுடைய உடல்கள் முதிர்ந்தன; இளமை அழிந்தது; ஆயினும் அவர்கள் காதல் மேலும் மேலும்

முறுகி நின்றது. காதல் தெய்வத்திற்குத் தங்கள் இளமையைப் பலி கொடுத்த அக்காதலர்கள் பெருமையை இன்றும் நாம் அறியும்படி மணிமேகலை கொண்டாடுகின்றது.

மிட்டாய்க்காரன்

அவன் ஒரு வியாபாரி. அவனுடைய வியாபாரம், விளம்பரம் எல்லாம் தனி மாதிரி. பிறர் கையை எதிர்பார்த்துப் பிழைக்கிறவன் அல்ல அவன். தானே உழைத்து வியாபாரம் செய்து சம்பாதிப்பவன். அவனுக்கு உதவியாள் தேவையே இல்லை.

முனிசாமியைத்தான் சொல்கிறேன்; அந்த மிட் டாய்க்கார முனிசாமி. உலகத்து எதிர்காலப் பிரஜை களாகிய குழந்தைகளே அவனுடைய வாடிக்கைக்காரர்கள். மிட்டாய்ப் பாட்டைப் பாடிக்கொண்டு போகும்போது அந்த விளம்பரம் எவ்வளவு குழந்தை களைக் கவர்ந்துவிடுகிறது!

பள்ளிக்கூடங்களைப்பற்றிய பல விஷயங்கள் அவனுக்குத் தெரியும்; படிப்பைப்பற்றி அல்ல. ‘சங்கரன் செட்டியார் தெருவில் மேற்கே பார்த்து இருக்கும் சிவப்புப் பள்ளிக்கூடத்தில் நூறு பிள்ளை கள் படிக்கிறார்கள்; அவர்களிலே பெண் குழந்தைகளும் உண்டு’ என்று அவன் கணக்கு ஒப்பிப்பான். தன் சொந்த அனுபவத்தில் அவன் உணர்ந்தது இந்தச் சமாசாரம்.

சரியாக ஒன்பது மணிக்குத் தன்னுடைய மிட்டாய்த் தட்டோடு பள்ளிக்கூடத்து வாசலில் வந்து நிற்பான். பத்தரை பதினொரு மணி வரையில் வியாபாரம் நடக்கும். அப்பால் கொஞ்சம் வெளி வியா பாரத்தைக் கவனிக்கப் புறப்படுவான். வெயில் 108 டிகிரி உறைக் கட்டுமே, அவனுக்கு லக்ஷயமா என்ன? அவனுடைய மிட்டாய் உருகிவிட்டால் கூட அவனுடைய முயற்சி

இளகாது. ஒரு மணி அடிப்பதற்கு ஐந்து நிமிஷத்திற்கு முன் பள்ளிக்கூடத்து வாசலில் மறுபடியும் பிரசன்னமாவான். குழந்தைகளுக்கு அது சாப்பாட்டு நேரம். ஒரு மணி முதல் இரண்டு மணி வரையில் அவனுடைய வியாபாரம் முடுக்காக நடக்கும். இரண்டரை மணிக்கு மறுபடி நகர்வலம் வருவான். கிடைத்த மட்டும் லாபமென்று தெருத் தெருவாகச் சந்து சந்தாகச் சுற்றுவான். சரியாக நாலு மணிக்குப் பள்ளிக்கூட வாசலில் ஆஜராகி விடுவான். பிள்ளைகள் நாலரைமணி அடித்ததும் பள்ளிக்கூடச் சிறையிலிருந்து வெளி வருவார்கள். போகிற போக்கில் வாயில் அடக்கிக்கொள்ள ஒரு வெங்காய மிட்டாயோ, ஒரு தேங்காய் மிட்டாயோ வாங்குவார்கள்.

முனிசாமி ஒருநாள் முழுவதும் ஒரே பள்ளிக் கூடத்தில் வியாபாரம் செய்வதும் உண்டு; ஒவ்வொரு வேளைக்கு ஒவ்வொரு பள்ளிக்கூடமாக முறை வைத்துப் போவதும் உண்டு. எப்படியோ சாயங்காலத்துக்குள் அவனுக்கு எட்டணாக் காசு – எல்லாம் காசுதான், அதிலும் தம்பிடிகளே முக்கால் வாசி – கிடைத்துவிடும். அதைக் கொண்டு போவான் வீட்டுக்கு.

முனிசாமிக்கு இந்த வியாபாரம் நிரந்தரமாக நடந்து வந்தது. குழந்தைகளுக்கு லீவு நாள் வந்தால் மட்டும் அவனுக்கு வியாபார மந்தம் நேரும்; அன்றைக்கு அலைச்சலும் அதிகமாக இருக்கும். வியாபாரத்திற்கு 'லீவு' விட முடியுமா? வயிற்றுக்கு 'லீவு' கொடுத்தால் அது முடியும்.

பிச்சைச் சோற்றில் சனி புகுந்தாற்போல இந்த வியாபாரத்தில் போட்டி உண்டாகிவிட்டது. முனி சாமி

மிட்டாயை மாத்திரம் வியாபாரம் செய்வதில் பழைய லாபத்தைக் காணவில்லை. புதிய புதிய சரக்குகளை அவன் விற்கத் தொடங்கினான். கடலை உருண்டை, எள்ளுருண்டை, மாங்காய்க் கீறு இவையெல்லாம் அவன் தட்டில் இடங்கொண்டன.

ஞாயிற்றுக்கிழமைகளில் தன் வீட்டிலேயே ஒரு வாரத்துக்கு வேண்டிய மிட்டாய்களைச் செய்வான். அவன் மனைவி உதவி செய்வாள். அவள் நாலு வீடுகளில் வாசல் பெருக்கியும் பாத்திரம் தேய்த்தும் மாசம் நாலு ரூபாய் சம்பாதித்தாள். இரண்டு பேரும் ஏதோ கிடைத்ததை வைத்துக்கொண்டு கஞ்சியோ கூழோ காய்ச்சிக் குடித்து இல்லற வாழ்க்கையை நடத்தி வந்தார்கள். அவர்களுடைய அன்புக்கு அடையாளமாக ஓர் ஆண் குழந்தை பிறந்து வளர்ந்து வந்தது.

பள்ளிக்கூடங்களில் கோடை விடுமுறை தொடங்கிவிட்டது. ஒன்றரைமாதம் அந்தக் கூடுகளில் குழந்தைகளின் சலசலப்புச் சத்தம் கேளாது. அந்த இடத்தில் இருந்த அழகு, ஜீவன் மறைந்து நின்றது. முனியனுடைய தோற்றமும் அதன் வாசலில் காணவில்லை.

பள்ளிக்கூடம் இல்லாத இந்த மௌனநிலையை அவன் வெறுத்தான். குழந்தைகளுக்கு இந்த விடுமுறை தூக்கத்தைப் போன்ற ஓய்வைக் கொடுத்தது. முனிசாமியோ மரணத்தைப் போன்ற ஓய்வாக எண்ணினான். அவன் வாழ்க்கையில் நிச்சயமாகக் குறிப்பிட்ட காலங்களில் நேரும் கண்டங்கள் அந்த விடுமுறைக் காலங்கள். மற்ற நாட்களெல்லாம் அவனுக்கு வேகமாக ஓடிக்கொண்டிருந்தன. அந்த

விடுமுறை நாட்களோ மெல்ல மெல்ல அடிமேல் அடி வைத்து அவனைப் பார்த்துப் பார்த்துப் பயமுறுத்திக் கொண்டே சென்றன.

அந்தக் காலங்களில் வெயில் அதிகம்; அவன் அலைச்சலும் அதிகம். சாயங்காலம் வீட்டுக்கு வரும் போது அவன் உள்ளம் வதங்கி, உடல் வதங்கி வருவான்.

'எப்படியோ இந்த வருஷம் கோடை விடுமுறை கழிந்துவிடும்; இன்னும் ஒரு வாரந்தானே இருக் கிறது? எங்கேயாவது கடன் வாங்கிச் சர்க்கரையும் எள்ளும் கடலையும் வாங்கி மிட்டாய்களையும் மற்றப் பண்டங்களையும் செய்து வைத்துக்கொள்ளவேண் டும்' என்று அவன் நினைத்தான். பணம் யார் கொடுப்பார்கள்? அவன் மனைவி, தான் வேலை செய்யும் வீடுகளில் ஒரு வீட்டு அம்மாவிடம் இரண்டு ரூபாய் வாங்கிக்கொண்டு வந்தாள். சர்க்கரை முதலிய சாமான்களை வாங்கிவந்து புதுவருஷ வியாபாரத்துக்காகச் சரக்குகளைத் தயார் செய்யத் தொடங்கினான்.

குழந்தைக்கு இரண்டு வயசு ஆகிறது. எதைக் கண்டாலும் வாயில் போட்டு மதிப்பிடும் பருவம்.

அதற்கு அந்த மிட்டாயில் சிந்தினதைக்கூடக் கொடுக்க அவனுக்கு மனம் வராது. மிட்டாய் தின்னும் அந்தஸ்து அதற்கு இல்லையென்பது ஒரு காரணம்; அதற்குமேல் வேறொரு காரணமும் உண்டு. 'ஒருநாள் கொடுத்துப் பழக்கம் பண்ணிவிட்டால் பிறகு பெரிய தொந்தரவாகிவிடும்' என்று அவன் சொல்லுவான். ஆனாலும் குழந்தைக்கு இந்தக் காரணங்களின் நியாய அநியாயங்கள் தெரியுமா?

"அப்பா, எனக்கு ஒரு மிட்டாயி" என்று சிணுங்கும் குழந்தை.

"ஒதைதான்" என்று சீறிவிழுவான் முனிசாமி. மற்றக் குழந்தைகளிடம் இனிமையாகப் பேசி வியாபாரம் செய்யும் அவனுக்குத் தன் குழந்தையினிடம் பிரியமாகப் பேசத் தெரியவில்லை. 'அவனுக்கு அந்தக் குழந்தைகள் வாடிக்கைக்காரர்கள்'; இந்தக் குழந்தையோ தன் அதிகாரத்துக்கு அடங்கியிருக்கவேண்டிய குட்டி அடிமை. அப்படி அவன் நினைத்தானோ இல்லையோ, அவனுடைய அன்றாடங் காய்ச்சிப் பிழைப்பு அவனை அப்படி ஆக்கிவிட்டது.

"கொளந்தைக்கு என்னா தெரியும்? அதுங்கிட்டே வள்ளூன்னு உளுறயே!" என்று அவன் மனைவி கேட்பாள்.

"போடீ களுதெ; இவனுக்கு மிட்டாயி இல்லாமத்தான் கொறைஞ்சு போச்சோ!" என்று உறுமுவான்.

'அட பாவி; கொளந்தைக்குக் குடுக்காமே என்னத்தைச் சேத்து வச்சுட்டோம்' என்று அவள் மனத்துக்குள் முனகுவாள்.

குழந்தை இருவருக்கும் இடையே நின்று கொண்டு அழும். அந்த அழுகை தாயின் வயிற்றைக் கலக்கும். தகப்பன் கண்ணில் தீப்பொறியை உண்டாக்கும். ஆனாலும் குழந்தையை அவன் அடிக்க மாட்டான். அவ்வளவு தூரம் முரடனாகப் போகவில்லை அவன்.

அன்றைக்குப் பள்ளிக்கூடம் திறக்கும் நாள். முனிசாமி காலையில் சீக்கிரமே எழுந்துவிட்டான். புது வருஷப் பிறப்புப் போல அன்று அவனுக்கு இருந் தது. அவன் தன் மிட்டாய்த்தட்டுக்கு வர்ணக் கடுதாசி வாங்கி ஒட்டி அழகு செய்திருந்தான். தான் பண்ணியிருந்த மிட்டாயிலிருந்து அந்தத் தட்டு நிறைய எடுத்து வைத்தான். "சாமீ, கடவுளே, இன்னிக்குத்தான் ஆரம்பம். நல்லா விக்கணும்" என்று திருநீற்றை அள்ளி இட்டுக்கொண்டான். தலையில் சும்மாடு கட்டிக்கொண்டான். சிறிய இரும்பு மணியை முதல் நாள் எடுத்து வைக்க மறந்திருந்தான். அதை எடுத்து அதற்கும் தட்டுக்கும் குங்குமம் இட்டான்.

கொஞ்சம் கஞ்சியைக் குடித்துவிட்டுக் கை கழுவிக்கொண்டிருந்தான். அந்தச் சில நிமிஷத்தில் குழந்தை மிட்டாய்த் தட்டுக்குப் போய்விட்டது. அதிலிருந்து ஒரு மிட்டாயை எடுத்து வாயில் வைத்து ருசி பார்த்துக்கொண்டிருந்தது.

முனிசாமி வந்து பார்த்தான்; "அட பாவி மகனே " என்று சொல்லிக்கொண்டு அந்த இளங்குழந்தையின் கன்னத்தில் ஓங்கி ஓர் அறை அறைந்தான். அந்தத் தட்டை எடுத்துக்கொண்டு புறப்பட்டுவிட்டான்.

குழந்தை அங்கேயே சுருண்டு விழுந்து வீரிட்டுக் கத்தத் தொடங்கியது. வாயில் பாதியும் கையில் பாதியும் இருந்த மிட்டாய் அவன் அறைந்த அறையில் கீழே விழுந்துவிட்டது. உயிர் துடிக்க அது கத்திக் கொண்டிருந்தது.

அதன் தாய் ஓடி வந்தாள்; குழந்தையை வாரி எடுத்தாள். "ஐயோ! படுபாவி, கொளந்தையைக் கொன்னுட்டானே!" என்று புலம்பினாள், "என் கண்ணே; சாமிக்குக் கண் இல்லையா? உன்னை என் பாழும் வயித்திலே ஏன் பொறப்பிச்சார்? எங்கேயாவது தோட்டி வீட்டிலே பொறந்திருந்தாலும் சௌக்கியமாக இருக்கலாமே. இந்த மனிச மிருகத்தினிடம் வந்து சிக்கிக்கொண்டாயே. எல்லாம் நான் பண்ணின பாவம்! ஐயோ! முதலியார் வூட்டுக்குக் கொண்டு போனபோது 'ராசாவாட்டம் இருக்குது கொளந்தை; சாக்கிரதையாப் பாத்துக்கோன்னு' நேத்துத்தானே அந்த அம்மா சொன்னாள்? என் ராசா, உன்னை அடிக்க எப்படித்தான் அந்தப் பாவிக்கு மனசு வந்ததோ!" என்று அழுது நைந்து உருகினாள். அவள் உள்ளம் படபடத்தது; தேகம் பதறியது. அவள் ஏழையாயிருந்தால் என்ன? ஒரு தாயின் ஹிருதயத்தில் ஏழையென்றும் பணக்கார னென்றும் வித்தியாசம் இருக்கிறதா என்ன?

முனிசாமி வெகு வேகமாகப் போய்க் கொண்டிருக்கிறான்; 'இன்று காலையில் அபசகுனம் மாதிரி அந்தப் பாவிமகன் இதிலே கைவைத்தானே! தரித்திரக் கை பட்டுவிட்டதே. இன்றைக்கு வியாபாரம் ஆகுமோ, ஆகாதோ!' என்று அவன் உள்ளம் சிந்தித்தது. அடுத்தபடி, 'என்ன இருந்தாலும் குழந்தையை அப்படி அடித்துவிட்டுத் திரும்பிப்பாராமல் வந்திருக்கக்கூடாது. பாவம்! அது என்ன பண்ணும்? அதற்கு ஒன்று கொடுத்தால் குறைந்து விடுமா?' என்று ஒரு நினைவு எழுந்தது. 'குழந்தைகளுக்கு இடம் கொடுக்கக் கூடாது. மகாராஜா வீட்டுக் குழந்தையானாலும் அடங்கி நடக்க வேண்டும்' என்றது ஒரு நினைப்பு. 'இந்த வயசில் அதற்கு என்ன தெரியும்? என்ன அடங்காமல் நடந்து

விட்டது? ஐயோ! அந்தச் சிறு குழந்தையிடம் அன்பு காட்டாமல் ஆயிரம் குழந்தைகளுக்கு மிட்டாய் தருகிறோமே!' என்றது ஓர் எண்ணம்.

இப்படி எண்ண அலைகள் அவன் உள்ளக்கடலில் மோதிக்கொண்டிருந்தன. ஒரு சந்து வழியே நடந்து போய்க்கொண்டிருந்த அவனுக்கு எதிரில் திடீரென்று ஒரு மோட்டார் வெகு வேகமாக வந்தது. சட்டென்று அவன் ஓரமாக ஒதுங்கினான். அங்கே இருந்த பெரிய கல் ஒன்று தடுக்கியது. படாரென்று கீழே விழுந்தான். கார் அவனைத் தாண்டிப் போய் விட்டது. அவன் தலையிலிருந்த மிட்டாய்த்தட்டு, பக்கத்திலிருந்த சாக்கடையில் விழுந்தது. முண்டாசு ஒரு புறமும் மணி ஒரு புறமும் விழுந்தன.

முனிசாமி எழுந்தான். கார்க்காரனை வாயில் வந்தபடி திட்டினான். முண்டாசையும் மணியையும் எடுத்தான். மிட்டாய்த் தட்டைப் பார்த்தான்.

மிட்டாய் அவ்வளவும் சாக்கடையில் விழுந்து கிடந்தன. தட்டை மாத்திரம் எடுத்தான். எந்தக் கல் தன்னைத் தடுக்கிவிட்டதோ அந்தக் கல்லின் மேல் உட்கார்ந்தான். நல்ல வேளையாக உடம்பில் காயம் படவில்லை. ஆனால் அவன் உள்ளத்தில் காயம் பட்டது.

தன் குழந்தைக்கு ஒரு துணுக்குக் கூடக் கொடுக் காமல் காப்பாற்ற எண்ணிய மிட்டாய் அவ்வளவும் அவன் கண்முன் சாக்கடையில் கிடந்தன. அவற்றில் ஒரு துணுக்குக்கூடப் பிரயோசனப்படாது. பேயறையாக அறைந்து குழந்தையை வீழ்த்திவிட்டு வந்தான் அவன்; இங்கே கடவுள் அவனையே வீழ்த்திவிட்டார்; அவன்

பாதுகாத்து வந்த மிட்டாய் முழுவதும் சாக்கடைக்கு உணவாயிற்று.

அவன் முழு மிருகமாயிருந்தால், ‘படுபாவி தொட்டான்; இப்படி ஆயிற்று’ என்றுதான் எண்ணியிருப்பான். அவனிடமும் மனிதத்தன்மை இருந்தது. பச்சாத்தாபம் உள்ளத்தில் ஒரு மூலையில் பதுங்கிக் கிடந்தது; தந்தைக்குரிய அன்பு எங்கோ இடந்தெரியாமல் அழுக்கேறி இருந்தது.

அந்தச் சாக்கடைத் தீர்த்தக் கரையில் தன்னைத் தண்டித்த கல்லாகிய ஆஸனத்தில் உட்கார்ந்து உள்ளத்தைத் திறந்து பார்த்தபோது அவனுக்கு ஞானோதயமாயிற்று; மங்கிப் புதைந்திருந்த இயல்புகள் அவனுக்குத் தோன்றின. மனிதத் தன்மை, பச்சாத்தாபம், அன்பு எல்லாம் புறப்பட்டன.

‘ஐயோ, நான் எத்தனை பாவி! அந்த இளங்குழந்தையை அறைந்துவிட்டு வந்தேனே; நான் கொண்டுவந்த மிட்டாய் அவ்வளவும் இந்தச் சாக்கடையில் விழுந்துவிட்டதே; இப்போது யாருக்கு என்ன பிரயோசனம்? அந்தக் குழந்தைக்குக் கொடுத்திருந்தால் அந்த ஒன்றாவது உபயோகப்பட்டிருக்குமே. அந்தக் குழந்தை உயிரோடு இருக்கிறதோ, இல்லையோ நான் ஆத்திரத்துடன் அறைந்தேன். படாத இடத்தில் பட்டிருந்தால்’

இப்படி நினைத்துப் பார்க்கும் போது அவன் உள்ளம் துக்கத்தால் குமுறியது. கண்களில் நீர் ததும்பியது. தலையில் அடித்துக்கொண்டான். ‘சாமி கும்பிட்டுத் திருநீறு இட்டுக்கொண்டேனே; அந்தக் குழந்தை

தெய்வத்துக்குச் சமானம் அல்லவா? அதை அறைந்து போட்டுவிட்டு வரலாமா? சாமிக்குத்தான் பொறுக்குமா? பொறுக்கவில்லை. அதனால்தான் அவ்வளவையும் சாக்கடையில் சாய்த்து விட்டார். எனக்கு நன்றாக வேண்டும்' என்று இரங்கினான்.

'முதலில் குழந்தை என்ன ஆயிற்று என்று பார்க்க வேண்டும்' என்ற வேகம் ஏற்பட்டது. முண்டாசுத் துணியை உதறித் தோளில் போட்டுக் கொண்டு மணியையும் வெறுந்தட்டையும் எடுத்துக் கொண்டு வீட்டை நோக்கிப் புறப்பட்டான்.

"ஏன், அதுக்குள்ளாற வந்துட்டே? வியாபாரம் ஆயிடுத்தா?" என்று வினவினாள் தாய். அழுது அழுது சோர்ந்துபோன குழந்தை அவள் மடியில் படுத்துத் தூங்கிக்கொண்டிருந்தது. அந்தக் கன்னத்தில் விரல்களின் சுவடும் அதன்மேல் ஓடிய கண்ணீரின் சுவடும் முனிசாமியின் கண்ணில் பட்டன.

"மிட்டாயெல்லாம் கொட்டிப் போச்சு" என்று சோர்ந்த தொனியோடு அவன் சொன்னான்.

'ஐயோ, இந்தக் குழந்தை தொட்டதனால் வந்ததென்று, இருக்கிற உயிரையும் வாங்கிவிட்டால் என்ன பண்ணுகிறது!' என்ற பயம் அவளைப் பிடித்துக்கொண்டது. அதனால் அவன் குழந்தையை அடித்ததைப்பற்றிச் சொல்லி அவன் கோபத்தைக் கிளப்பக்கூடாது என்று எண்ணிப் பேசாமல் இருந்து விட்டாள். அவளுடைய மௌனம் அவன் உள்ளத்தில் ஊடுருவிப் பாய்ந்தது. பேசாமல் தட்டைக் கீழே வைத்துவிட்டுச் சோர்ந்துபோய் மூலையில் உட்கார்ந்து

கொண்டான். அவனுக்கு ஒன்றும் பேசத் தோன்றவில்லை; அவளும் பேசத் துணியவில்லை.

சிறிது நேரம் இந்த மௌனம் நிலவியது. வெளியில் மௌனம் சாதித்தாலும் அவன் உள்ளத்தில் புயலும் இடியும் எழுந்தன. ஏதாவது பேசிச் சமாதானம் செய்துகொள்ளாவிட்டால் அவன் ஹிருதயமே வெடித்துவிடும்போல் இருந்தது.

"தூங்குதா?" என்று கேட்டான்.

"ஆமாம்."

"ரொம்ப அளுதானோ?"

"அதெல்லாம் ஏன் விசாரிக்கறே?"

"அடி பலமாப் பட்டுதோ?"

"பலமா இருந்தா என்ன? இல்லாட்டிப் போனா என்ன?"

"காயம் கீயம் பட்டிருக்குதோ?"

கேள்விமேல் கேள்வி வரவே அவள் அடக்கி வைத்திருந்த ஆத்திரம் பீறிக்கொண்டு கிளம்பியது. *"சீ, நீயும் ஒரு மனிசனாட்டம் பேச வந்துட்டயே; கொளந்தையை ஒரே அடியாகக் கொன்னு போட்டுடறதுதானே? இப்ப விசாரிக்க வந்துட்டயே? சாமி உனக்குக் கூலி கொடுக்காமல் போவாது."*

அவளுக்குப் பேச்சு வரவில்லை; துக்கம் தொண்டையை அடைத்தது. கோவென்று அழத் தொடங்கினாள்.

அவனுக்கும் அழுகை வந்துவிட்டது; அடக்கிக் கொண்டான்; "இந்தா, இந்தப் பாரு; நான் சொல்றதைக் கேளு; என்ன? ஒன்னெத்தான். இனிமே சாமி சத்தியமா அந்தக் கொளந்தையை நான் தொடறதே இல்லை. நான் படுபாவி. சாமி எனக்குக் கூலி குடுத்துட்டார். இந்தா, அளாதே, எனக்குக்கூட அளுகை வறது. என்னை அந்தச் செருப்பாலே அடி. பட்டுக்கறேன். இனிமே இந்தப் புத்தி வேண்டாமின்னு சொல்லி அடி" என்று அவனும் விம்மலானான். இந்த ஆரவாரத்தினிடையே குழந்தை கண்ணைத் திறந்து பார்த்தது.

அவன் எழுந்தான். மிட்டாய் வைத்திருக்கும் கூடையைத் திறந்தான். கைநிறைய எடுத்துக் கொண்டு வந்து அந்தக் குழந்தையின் கையில் கொடுத்தான்; "என் கண்ணு, இனிமே, தினம் உனக்குத் தான் முதல் மிட்டாய்" என்று சொல்லி அதன் கன்னத்தில் ஒரு முத்தமிட்டான். எந்தக் கன்னத்தில் அவன் கையினால் காலையில் அறைந்தானோ, அதே கன்னத்தில் அவன் இதழ் முத்தமிட்டது. அடுத்தபடி அவளும் முத்தமிட்டாள். அந்த இரண்டு முத்தங்களும் மருந்து போல உதவின. அந்தக் குழந்தையின் முகத்தில் ஒரு புன்னகை தவழ்ந்தது. கையில் இருந்த மிட்டாயைக் கடித்துக்கொண்டே தந்தையையும் தாயையும் மாறி மாறிப் பார்த்தது; என்ன தோன்றிற்றோ தெரியவில்லை; களுக்கென்று சிரித்தது ; "சிரிக்கிறதைப் பார், போக்கிரி" என்று சொல்லிக்கொண்டு அவன் ஒரு பெருமூச்சுவிட்டான் அப்பாடி! இப்போது என்ன ஆறுதல்! என்ன ஆனந்தம்!

எப்பொழுது வருவான்?

"அம்மா, ராமு எங்கே அம்மா?"

"ஊருக்குப் போயிருக்கான், கண்ணே!"

"எப்போம்மா வருவான்?"

"ரெண்டு நாளிலே வந்துவிடுவானப்பா."

"அவன் இம்மே வரமாட்டான்னு கமலம் சொல்றாளே?"

"அவ கெடக்கறா, பயித்தியக்காரி."

"அவாளெல்லாம் ஏன் அழறா?"

"ராமு ஊருக்குப் போயிட்டான்னு."

"போனாக்க என்ன? அவன் தான் திரும்பி வந்துடுவானே."

"வருவான், அப்பா."

தாய்க்குத் துக்கம் அடைத்துக்கொண்டது.

"ஏம்மா அழறே? வரமாட்டானா?"

அவனுக்கும் அழுகை வந்துவிட்டது. அந்தக் குழந்தைக்குச் சமாதானம் சொல்வது தர்ம சங்கடமாகிவிட்டது. எப்படி அவள் சமாதானம் சொல்வாள்?

சீனு மூன்றரை வயதுக் குழந்தை. அந்த வீட்டில் ராமசேஷையரும் சேஷையரும் பத்து வருஷங்களாகக் குடியிருக்கிறார்கள். அவர்கள் இருவருக்கும் அறுபது நாழிகையும் ஆபீஸ் வேலைதான், வீட்டிலே அவர்களைப் பார்ப்பதென்பது இயலாத காரியம். ராமசேஷையர் குழந்தை சீனு. சேஷையர் குழந்தை ராமு. அந்த இரு குடும்பத்தினரும் இயல்பாகவே அன்யோன்யமாகப் பழகி வந்தாலும் அந்தக் குழந்தைகளிடையே ஏற்பட்ட அன்பினால் பழக்கம் பின்னும் உறுதிப்பட்டது.

குழந்தை சீனுவுக்கு எந்தப் பக்ஷணம் தின்றாலும் ராமுவுக்குக் கொடுக்காமல் தின்ன மனம் வராது. மூன்றரை வயதுக் குழந்தையானாலும் அவனுடைய புத்திசாலித்தனமும் அன்பும் எந்தக் குழந்தையினிடத்திலும் காணமுடியாது. அப்பா வாங்கிக் கொண்டுவந்த பொம்மையை ராமுவுக்குக் கொடுத்து விடுவான். எந்த வஸ்துவும் ராமுவுக்குக் காட்டாமல் கொடுக்காமல் வைத்துக்கொள்ள அவன் மனம் சம்மதிப்பதில்லை.

ராமுவுக்கு இரண்டே வயது. அவனுக்கு ஜுரம் வரட்டும்; சீனு சாப்பிடவே மாட்டான். அவனுக்குப் போடும் பற்றைத் தானும் போட்டுக்கொள்ள வேண்டும். அவனுக்குக் கஞ்சி கொடுத்தால் இவனுக்கும் கொடுக்க வேண்டும். என்ன சொன்னாலும் கேளாமல் தங்கள்

வீட்டுப் பக்ஷணத்தை ஒருவருக்கும் தெரியாமல் அவன் வாயில் ஊட்டிவிட்டு வந்துவிடுவான். அதனால் நன்மையோ, தீமையோ, அவனுக்கு அக்கறையில்லை. ராமுவுக்கு நிமோனியா ஜுரம் வந்தது. சீனுவுக்கு வரவில்லை; அவ்வளவுதான்; ஆனால் அவனும் ஆகாரம் உண்ணவில்லை. ராமுவுக்கு உடம்பு சரியில்லையென்று தெரிந்தது முதல் சீனுவுக்கும் உடம்பு இளைத்துவந்தது. மற்றவர்களெல்லாம் கண் விழித் துக்கொண்டு ராமுவின் அருகில் இருப்பார்கள். பாவம்! சீனு குழந்தைதானே? தன்னால் ஆனவரைக்கும் அந்தப் படுக்கையண்டை உட்கார்ந்திருப்பான். "சீனு, நாளைக்கு நான் பட்டணம் போறேன்; வறயா?", "நான் பள்ளிக்கூடம் போறேன்; வறயா?" என்றெல்லாம் அர்த்தமில்லாத கேள்விகள் பல அவன் வாயிலிருந்து வரும். அப்படிக் கேட்கும் போதே அந்த ஏழைக் குழந்தை உள்ளத்தில் ஏதோ திக்குத் திக்கென்று அடித்துக்கொண்டே இருக்கும். ஏதோ ஆபத்து வரப்போகிறதென்ற சூசனை அந்த உள்ளத்திலே, புரிந்து கொள்ளாதபடி உண்டாயிற்று. எவ்வளவு நாழிகை விழித்துக்கொண்டிருப்பான்? அப்படியே அயர்ந்து போய்த் தூங்கிவிடுவான். அப்பொழுது அவனை எடுத்து வேறு படுக்கையில் விடுவார்கள். அந்தச் சமயத்தில் அவன் விழித்துக் கொண்டால் கூடப் பிடிவாதம் பிடித்து ராமுவின் அருகிலேயே விடும்படி கத்துவான். காலையிலே எழும்பொழுது தன் படுக்கைக்கருகில் ராமுவைக் காணாவிட்டால் கத்திக்கொண்டே ஓடி அவனிடம் வந்துவிடுவான்.

ராமு ஜுரவேகத்தில் ஒன்றுமே வாய் திறப்பதில்லை. அவனுடைய சோர்ந்துபோன கண்கள் துக்கத்தில் ஆழ்ந்த சீனுவின் கண்களோடு பேசும். அவை தமக்குள் என்ன பேசிக்கொண்டனவோ! யார் அறிவார்கள்? அக்கண்கள்

சீனுவின் விழிகளின் ஆழத்தில் அன்பெனும் மணியைக் கண்டிருக்கலாம். அந்தக் கண்ணிணைகள் தம்முள் ஒத்துப் பேசின; அவ்வளவுதான் சொல்லலாம்.

ராமுவின் வாழ்நாள் குறைந்து வருவதை "யாவரும் அறிந்து கொண்டார்கள். யமனுடைய வலை அந்த இளந்தளிரின் மேல் வீசியாயிற்றென்பதை உணர்ந்து வீட்டிலுள்ளோர் யாவரும் துடிதுடித்து அழுதார்கள்.

குழந்தை சீனுவுக்கு நெஞ்சிலே ஒரு பயம்; புரிந்துகொள்ள முடியாத அந்தகாரத்திலே திக்குத் தெரியாமல் அலைவது போன்ற உணர்ச்சி; அவனுக்கு அழுகை வரவில்லை. ஆனால் அவனுடைய முகமலர்ச்சி, பேச்சு, சுறுசுறுப்பு எல்லாம் மறைந்தன; அவன் கல்லாய்ச் சமைந்து நின்றான்.

எதிர்பார்த்த சமயம் வந்துவிட்டது. ராமுவின் உயிர் கூட்டை விட்டு விடுதலை அடைந்தது. வெறும் பிணத்தை எடுத்துச் சென்றார்கள். அப்பொழுது தான் சீனுவுக்கு ஒருவகையான சோகம் உண்டா யிற்று ; "ராமுவை எங்கேயோ கொண்டு போகிறார்களே; நானும் வறேன்; ஐயையோ ! நானும் வறேன்" என்று அவன் கதறிக் கதறித் தவித்தான். ராமு போனவிடத்துக்கு அவனும் போக முடியுமா? அவ்வளவு சுலபமான இடத்திற்கா அவன் போனான்? பாவம் குழந்தைக்கு என்ன தெரியும்!

2

போன குழந்தையைப்பற்றி வருந்துவதைவிட இருக்கிற குழந்தைக்காக வருந்துவது அதிகமாயிற்று. சீனு,

ராமுவின் பிரயாணத்தைப்பற்றி விசாரிக்கும் போதெல்லாம் ராமுவின் தாயும் பிறரும் துக்கம் பொங்க அழுதார்கள்; சீனுவின் தாயோ, அவனது கள்ளங் கபடற்ற மனத்திலே முளைத்த அன்பு இப்போது பற்றுக்கோடில்லாமல் தள்ளாடி நிற்பதை உணர்ந்து மறுகினாள். அறிவுடைய பிள்ளையாக இருப்பதிலும் ஓர் அபாயம் இருக்கிறதே என்று வருந்தினாள்.

"வருவான், வருவான்" என்று சொல்லி எவ்வளவு நாளைக்கு ஏமாற்ற முடியும்? சீனுவும் ராமுவை மறப்பவனாகக் காணவில்லை. அவனுடைய உத்ஸாகமெல்லாம் போயிற்று; முகத்திலே சோபை இல்லை; பேச்சிலே இன்பம் இல்லை; நடையிலே துள்ளல் இல்லை; எல்லாவற்றிலும் ஒரு வாட்டம். ஒரு துயரத்தின் சாயையே தோன்றி வளர்ந்து வந்தது. அவன் உடல் மெலிந்தது.

"ஏது, இந்தக் குழந்தையும் அந்தக் குழந்தை போன இடத்துக்கே போய்விடுமோ?" என்று வீட்டிலுள்ளார் நினைக்கத் தொடங்கினர்; வயிறு பகீரென்றது.

"ராமுவோடு பழகிய இடங்கள், ராமுவின் சாமான்கள் இவற்றால் அவனது ஞாபகம் சீனுவுக்கு வருகின்றது; இந்த இடத்தை மாற்றினால் ஒரு கால் இவனுக்கு அந்த ஞாபகம் மறந்தாலும் மறக்கலாம்" என்று யாரோ சொன்னார்கள். ராமசேஷையரும் சேஷையரும் இதைப்பற்றி ஆலோசித்தார்கள்.

"ஏதோ, எனக்குத்தான் கொடுத்துவைக்கவில்லை; அருமையான குழந்தையைப் பறிகொடுத்தேன், நீங்களாவது சீனுவை -ஜாக்கிரதையாகப் பார்த்துக்

கொள்ளுங்கள். அவன் போய்விட்டான்; இவனையாவது பார்த்துக் கொண்டு ஆறுதலடையலா மென்றிருந்தேன்; அதற்கும் இப்போது தடை வந்தது. ஆனாலும், ஈசுவர கிருபையால் எங்கேயாவது சௌக்கியமாக இருந்தால் ஆயிரந்தடவை பார்த்துக்கொள்ளலாம். நல்ல மனிதர்கள் உள்ள வீடாகப் பாருங்கள். நான் தான் பாவி; உங்களைப் போன்ற மனிதர்களை உடன் வைத்துக் கொள்ளும் அதிருஷ்டம் இல்லை. ராமு தன்னோடு எல்லாவற்றையும் கொண்டு போய்விட்டான் போல் இருக்கிறது'' என்று சொல்லிவிட்டுச் சேஷையர் கோவென்று அழுதார். அவருக்குச் சீனு வேறு, ராமு வேறு என்று இல்லை. ஒரு குழந்தையைக் காலனுக்குப் பறி கொடுத்துவிட்டு மற்றொரு குழந்தையை உயிரோடு யாருக்கோ கொடுப்பது போன்ற உணர்ச்சிதான் ஏற்பட்டது.

''நானும் பார்த்தேன்: வரவரக் குழந்தையின் நிலை மோசமாக இருக்கிறது. வேறு இடத்துக்கு மாற்றி இவன் அங்கே உள்ள குழந்தைகளோடு பழகினால் இந்த ஞாபகம் மாறுமோ என்னவோ! ஆகையால் குழந்தைகள் உள்ள இடமாகப் பார்த்துப் போகலாமென்று எண்ணுகிறேன்'' என்றார் ராம சேஷையர்.

ராமசேஷையர் எவ்வளவோ வீடுகளைப் பார்த்தார். பார்க்கும்போதெல்லாம் அந்த வீட்டில் குழந்தைகள் இருக்கின்றனவாவென்று விசாரித்துக் கொள்வார். 'ராமுவைப்போலவே முகஜாடையுள்ள குழந்தை எந்த வீட்டிலாவது இருந்தால் சீனுவின் துக்கம் குறையுமே' என்பது அவர் ஆசை. எவ்வளவோ வீடுகளில் சிறு குழந்தைகளே இல்லை. சில வீடுகளில் இடவசதி இல்லை. சில இடங்களில், ''குழந்தை இருக்கிறதா?''

என்று கேட்கும் பொழுதே வீட்டுக்காரரர், "அதெல்லாம் நீர் ஏன் விசாரிக்கிறீர்? வீடு பார்க்க வந்தீரா? குழந்தை பார்க்க வந்தீரா?" என்று வள்ளென்று விழுந்தார். அவர்களுக்கு ராமசேஷையர் குழந்தை பார்க்கத்தான் வந்திருக்கிறா ரென்பது எப்படித் தெரியும்?

கடைசியில் ஒரு வீட்டைப் பார்த்து அரை மனத்தோடு திட்டம் செய்தார். அந்த வீட்டில் இரண்டு குடும்பங்கள் குடித்தனம் இருக்கலாம். ஒரு பகுதியில் ஒருவர் இருந்தார். காலியுள்ள இடத்திற்கு ராமசேஷையர் வருவதாகச் சொன்னார். அங்கே குடியிருந்தவருக்கு இரண்டு குழந்தைகள். இரண்டாவது குழந்தைக்கு இரண்டு வயசு. அதை 'அசப்பிலே' பார்த்தால் ராமுவைப்போல இருந்தது. 'இதுவும் ஈசுவரன் திருவருளே' என்று எண்ணி ராமசேஷையர் அந்த வீட்டுக்கு முன்பணம் கொடுத்து விட்டார். "அந்த வீட்டில் ஓர் ஓரத்தில் ஒழுகும். பெருச்சாளி உபத்திரவம் உண்டு; வீட்டுக்காரரர் கொஞ்சங்கூடக் கவனிக்கமாட்டார். மொட்டை மாடியிலே ஏறினால் அதற்குத் தனியாக வாடகை வாங்குவார்" என்ற குறைகளைப் பலர் அவரிடம் சொன்னார்கள். அங்கே குடியிருந்தவர்கூட, "ஏதோ, ஆபீஸுக்குப் பக்கமாக இருக்கிறதே என்று வந்தேன். இப்போது ஏண்டா வந்தோமென்றாகி விட்டது; வேறு வீடு பார்த்துக்கொண்டிருக்கிறேன்" என்றார். ராமசேஷையர், "அப்பொழுது நானும் வந்துவிடுகிறேன். இரண்டு பேருக்கும் சேர்த்து வீடு பாருங்கள், ஸார்; அதுவரைக்கும் இங்கேயே இருக்கிறேன்" என்று சொல்லிவிட்டார்.

வந்த புதிதில் சீனு அந்த வீட்டுக் குழந்தையோடு விளையாடிப் பார்த்தான். அவனுடைய தாய் தந்தையரும்

அந்தக் குழந்தைதான் ராமு என்று அவனிடம் சொன்னார்கள். ஆனால் அந்தக் குழந்தையின் கண்களிலே சீனுவை வரவேற்கும் ஆதரவு இல்லை; அதன் குரலிலே சீனுவின் இருதயத்தோடு ஒட்டும் ஒலி இல்லை.

"ராமு இருக்கிற இடத்துக்கு வந்துவிட்டோமே" என்று அப்பா சொல்வார்.

"இல்லேப்பா; ராமு என்னோடே பேசுவானே; என்னோடே சிரிப்பானே; இவன் ஒண்ணும் பண்ணலையே" என்று குழந்தை சொல்வான்.

"அதுதான் சிரிக்கறானே; பேசறானே; ராமுதான் இவன்" என்று மறுபடியும் சொல்வார் தகப்பனார்.

"இல்லேப்பா; நிஜம்மா இவன் ராமு இல்லே. இவன் கிட்டு. அப்படித்தானே எல்லாரும் கூப்பிடறா?"

அதற்குமேல் அவருக்குப் பேச வழியில்லை. ஆனாலும் அப்போது அவருக்கு ஒரு யோசனை தோற்றியது. 'ஏன் அப்படிச் செய்யக்கூடாது? அப்படிச் செய்துவிட்டால், இந்த ஆக்ஷேபணைக்கு இடமில்லையே என்றெல்லாம் பேசிக்கொண்டார். தம்முடன் குடியிருப்பவரிடம் போனார்; "ஸ்வாமி, ஒரு சின்ன விண்ணப்பம்: நீங்கள் அதன்படி செய்தால் எனக்குக் கோடி பவுன் கொடுத்ததற்குச் சமானம்; என் குழந்தையைக் காப்பாற்றுகிற புண்ணியம் உண்டு உங்களுக்கு" என்றார்.

"உம்முடைய குழந்தைக்கு என்ன வந்தது? நான் என்ன செய்ய வேண்டும்?"

“ஒன்றுமில்லை; உங்கள் குழந்தையை இனிமேல் எல்லோரும் ராமுவென்று அழைக்கலாமா?”

“இதென்ன ஐயா, விசித்திரமாக இருக்கிறது! பெயரை யாராவது மாற்றுவார்களோ? என்னுடைய தாத்தா பேர் கிருஷ்ணமூர்த்தி; அதை அவனுக்கு வைத்திருக்கிறோம். நீர் மாற்றச் சொல்கிறீரே.”

“உங்களை வீணாக மாற்றச் சொல்லவில்லை. பெயர் அப்படியே இருக்கட்டும்; கூப்பிடுவது மாத்திரம் ராமு என்று கூப்பிடலாமே.”

“அது எதற்கு? பயித்தியக்கார யோசனையாக இருக்கிறதே!”

ராமசேஷையர், தாம் தம் குழந்தைக்குக் கிட்டுவை ராமுவாகக் காட்ட இந்தத் தந்திரம் செய்ய எண்ணியதாகக் கூறியதோடு, ராமுவின் அல்பாயுசச் சரித்திரத்தையும் சொன்னார். அப்போது அந்த மனிதருக்கு வந்த கோபத்தைப் பார்க்க வேண்டும்; “ஓய் என்ன மனுஷனையா நீர்? ஏதோ அல்பாயுஸுக் குழந்தையாம்; அதனுடைய பேரை இதற்கு வைக்கச் சொல்கிறீரே. ஆயிரம் சாமிக்கு வேண்டிக்கொண்டு ஒரு பிள்ளை பிறந்திருக்கிறது; இதை நான் கண்ணிலே வைத்து இமையிலே மூடிப்பாதுகாக்கிறேன். எங்கேயோ துக்குறிபோல வந்து என்ன என்னவோ உளறுகிறீரே! போதும் உம் முடைய ஸஹவாஸம். இன்றைக்கே இந்த வீட்டைக் காலி பண்ணும். உம்முடைய பிள்ளைக்கு அந்த அல்பாயுஸுப்பேரை வையுமே, பார்க்கலாம்” என்று அவர் இடிபோல இடித்து முழங்கினார். ராம

சேஷையர் நடுங்கிப் போய்விட்டார். கிணறு வெட்டப் பூதம் புறப்பட்ட கதையைப் போல இருந்தது.

3

வேறு வழியில்லாமல் மற்றொரு வீட்டிற்கு வந்தார் ராமசேஷையர். ஒருவருடைய உணர்ச்சிகளை உள்ளபடியே மற்றொருவர் உணர்ந்துகொள்ள முடிவதில்லை. கிட்டுவின் தகப்பனாருக்கு ஏன் அவ்வளவு கோபம் வந்ததென்பது ராமசேஷையருக்கு விளங்கவே இல்லை. – சீனு இளைத்துக் கொண்டுதான் வந்தான். போதாக்குறைக்கு அவனுக்கு மஞ்சட் காமாலை வேறு வந்துவிட்டது.

ராமுவின் தகப்பனாராகிய சேஷையர், ராம சேஷையர் தம் வீட்டை விட்டுப் போனபோது அளவற்ற துக்கத்தை அடைந்தார். அவர் சிந்தாதிரிப் பேட்டையில் இருந்தார். ராமசேஷையர் மயிலாப்பூரிலே குடியிருந்தார். ஆபீஸ் தொல்லைக்கு நடுவே அவ்வளவு தூரம் போய் அடிக்கடி பார்ப்பதென்பது முடிகிற காரியமா? ஏதோ சிலமுறை வந்தார். அப்பால் வருவதை நிறுத்திவிட்டார்.

இவ்வாறு ஒன்றரை வருஷங்கள் கழிந்தன. சீனுவுக்கு ராமுவைப்பற்றிய ஞாபகம் மறக்கவே இல்லை.

"அம்மா, ராமு எப்போம்மா வருவான்?"

"வருவான், அப்பா."

"இன்னும் வல்லையே அம்மா."

“வந்துவிடுவான், கொழந்தே.”

தாய்க்குத் துக்கம் தொண்டையை அடைத்துக் கொள்ளும். இது தினப்படி நிகழ்ச்சியாகப் போய் விட்டது.

ராமுவின் வினாவிலே ஏக்கம் முழுசாகத் தொனிக்கும்; தாயின் பதிலிலே பரிதாபம் ஒலிக்கும். அவன் வருவானா? வருவான், வருவானென்று எதிர்பார்க்கும் குழந்தையுள்ளத்திலே எத்தனை ஆஹ்லாதம்? அதைக் கடவுள் உண்மையிலே உணர்ந்திருந்தால், அந்த இளங் குழந்தையின் ஹிருதயத்திலே காதுவைத்துக் கேட்டிருந்தால், அதன் பரிதாபத்தைச் சகிக்க முடியாமல் ராமுவை மீட்டும் உயிர்ப்பித்திருப்பார். அவர் கருணாநிதி யென்பது வாஸ்தவமாக இருந்தால் அதுதான் நடக்கும். அது நடக்கவில்லையே; அவர் கருணாநிதியல்லவா? இந்த விஷயங்களெல்லாம் அநாதிகாலமாக அவிழ்க்க முடியாமல் இருந்து வரும் முடிச்சுகள்.

பதினெட்டு மாதகாலம் அந்தப் பிரிவுத்தீயிலே சீனு வாடி வதங்கிப் போனான். அவன் தகப்பனார் அந்தக் குழந்தையின் மனநோயைத் தீர்க்க எவ்வளவோ பாடுபட்டார். அவரால் முடியவில்லை.

ஏதோ, அன்று அவரும் அவர் மனைவியும் நினைத்துக்கொண்டார்கள். “இந்தக் குழந்தைக்கு ராமு இருந்த இடத்தையாவது மறுபடி ஒருமுறை காட்டுவோம். இனிமேல் நம்முடைய சக்தியில் ஒன்றுமில்லை” என்று பேசிக்கொண்டார்கள். போகிறதா, வேண்டாமா என்று யோசித்தார்கள். பிறகு, “அவரும் வந்து ரொம்ப நாளாகிறது. போய்ப் பார்த்து வரலாம்.

நான் அந்த வீட்டை விட்டு வந்து ஒரு தடவைகூட அங்கே போகவில்லை. புறப்படு, போகலாம். அங்கேயே பக்கத்து வீட்டுப் பாட்டிக்குக் காமாலை மந்திரம் தெரியும்; மந்திரித்துக் கொண்டு வரலாம்'' என்று ராமசேஷையர் சொல்லவே அவர் மனைவி குழந்தையையும் அழைத்துக்கொண்டு புறப்பட்டாள்.

அன்று ஞாயிற்றுக்கிழமை. சேஷையர் வீட்டில் இருந்தார். ராமசேஷையரை வரவேற்று உபசரித்தார். குழந்தை சீனு அந்த வீட்டைக் கண்டவுடன் குடுகுடுவென்று உள்ளே ஓடினான். அங்கே கூடத்தில் உட்கார்ந்து கொண்டிருந்த குழந்தைக்குப் பக்கத்தில் போய், "ராமு ! ராமு! இங்கேயா இருக்கே? ஊரிலேந்து எப்ப வந்தே? அப்பா சொல்லலல்லையே'' என்று கட்டிக்கொண்டான்.

வெளியிலே ராமசேஷையர் சேஷையரோடு பேசிக்கொண்டிருக்கும் போது சீனு அந்தக் குழந்தையை இழுத்துக்கொண்டு வெளியிலே வந்தான். "அப்பா, இங்கே பார்; ராமு!'' என்று கூவினான்.

ராமசேஷையர் திக்பிரமை அடைந்துவிட்டார். சீனுவோடு நின்றிருந்த குழந்தை பெரும்பாலும் ராமுவைப்போலவே இருந்தது. கண்நேரத்தில் அவருக்கு விஷயம் விளங்கிவிட்டது. தாம் அந்த வீட்டைவிட்டுப் போனபோது ராமுவின் தாய் கர்ப்பமாக இருந்தது அவருக்கு அப்போது ஞாபகத்திற்கு வந்தது. வந்தது.

"உங்களுக்குக் குழந்தை பிறந்ததை நீங்கள் சொல்லவே இல்லையே; நான், புண்யாஹவாசனத்துக்கு வந்துவிடுவேனென்றா?'' என்று கேட்டார் ராமசேஷையர்.

“ஏதோ, பிறந்தது; உங்களுக்குச் சொல்ல மறந்துவிட்டேன். உங்களை நான் அதிகமாகச் சந்திப்பதே இல்லையே. என்னவோ இந்தக் குழந்தையாவது ஈசுவரனுடைய கிருபையால் சௌக்கியமாயிருக்கட்டும், அப்புறம் தெரியாமலா போகிறது என்று இருந்துவிட்டேன்.”

“எல்லாம் ராமுவின் சாயலாக இருக்கிறதே.”

“ஆமாம், அப்படித்தான் எல்லோரும் சொல்லுகிறார்கள்.”

மற்றவர்கள் சொல்வதென்ன? அந்தக் குழந்தையுடன் சீனு கூத்தாடிக் களிக்கத் தொடங்கினான். அவன் கண்களிலே முன்பு மறைந்து போன ஒளி மீட்டும் ஒளிர்ந்தது. உடம்பிலே ஒரு குதூகலம். அந்தக் கொண்டாட்டத்தை அரை மணி நேரம் ஸாவதானமாகக் கவனித்தார் ராமசேஷையர். ‘சரி; மருந்து கிடைத்துவிட்டது’ என்று அவர் நிச்சயித்துக்கொண்டார்.

“குழந்தைக்கு என்ன பேர் வைத்திருக்கிறீர்கள்?” என்று கேட்டார் ராமசேஷையர்.

“ஒன்றும் வைக்கவில்லை; போகப் போகப் பார்த்துக் கொள்ளலாமே என்று இருந்துவிட்டேன். பிச்சை, குப்பு என்று என்னவெல்லாமோ சொல்லி அழைக்கிறார்கள்.”

“அது கிடக்கட்டும். எங்கள் சீனுவும் அந்தக் குழந்தையும் விளையாடுவதைப் பாருங்கள். பழைய ராமுதான் வந்திருப்பதாக அவன் எண்ணியிருக்கிறான். அவன்

இனிமேல் நோய் தீர்ந்து பிழைத்துக் கொள்வானென்ற நம்பிக்கை எனக்கு உண்டாயிருக்கிறது. நானும் இங்கேயே குடி வந்துவிடலாமென்று எண்ணுகிறேன்.''

''அப்படியா! ஆஹா, சந்தோஷம்'' என்று கூத்தாடினார் சேஷையர்.

''ஆனால் – ஒன்று; சொல்லட்டுமா? சொல்லலாமா?''

''ஏன் அவ்வளவு தயக்கம்? கூசாமல் சொல்லுங்களேன். நாம் இன்று நேற்றுப் பழக்கமா?''

''சொல்லலாமா? கோபித்துக்கொள்ள மாட்டீர்களே?''

''சொல்லுங்கள்.''

''இந்தக் குழந்தையை ராமுவென்றே கூப்பிடுவீர்களா?''

இப்படிச் சொல்லும்போது ராமசேஷையருக்கு மளமளவென்று கண்ணில் நீர் வந்துவிட்டது. சேஷையரோ, ''அடே ராமு'' என்று அழைத்துக் கொண்டே அந்தக் குழந்தைகள் இருக்குமிடம் ஓடினார்; அவர்களைத் தூக்கிக்கொண்டு வந்தார்; ''இந்தாருங்கள் உங்கள் ராமு; இவன் எங்கள் சீனு'' என்று இருவர் கன்னங்களிலும் முத்தமிட்டார்.

சீனுவுக்கு இப்போது ராமு வந்துவிட்டான்; அன்றோடு, ''எப்போம்மா வருவான்?'' என்ற கேள்வியை அவன் மறந்துபோனான்.

மென்மையும் நாணக்குறிப்பும், ஊடுருவிக் கவனிப்பவருக்குத் தோன்றின. 'உலகத்தில் உயர்குடும்பத்தில் புருஷன் மனைவியர் இருக்கிறார்கள். எத்தனை சண்டை! எத்தனை சச்சரவு! இவர்கள் பிச்சை வாங்கினாலும் எத்தனை ஒற்றுமை யாக இருக்கிறார்கள்! இவள் தோற்றத்திலே உள்ள பெண்மை ஆயிரத்தில் ஒருவரிடத்தில்தானே காண முடிகிறது?'- என் சிந்தனை மலர்ந்து விரிந்து காவிய உலகத்தையும் லக்ஷியப் பிரபஞ்சத்தையும் எட்டிப் பிடித்தது.

'பெண்மையிலே தெய்வத்தன்மை இசைந்து நிற்கிறது. கொந்தளிக்கும் வாழ்க்கைப்புயலுக் கிடையே மனோசாந்தியை அளிப்பதற்குரிய சஞ்சீவி பெண்மைக்கோலத்தில் இருக்கிறது. பெண்மை இல்லாவிட்டால் உலகத்தில் உள்ள வேகத்திற்கு நிலை யில்லை; கலகத்திற்குச் சமாதானமில்லை; வீரத்துக்கு வெற்றி இன்பம் இல்லை; அலைச்சலுக்கு ஓய்வு இல்லை.'

"என்ன, நிற்கிறீர்களே; வருகிறீர்களா? ஏறுங்கள்" என்ற கண்டக்டரின் தொனியைக் கேட்ட போதுதான் நான் இந்த உலகத்துக்கு இறங்கி வந்தேன்.

2

சுற்று முற்றும் பார்த்தேன். நான் தேடிய பொருள் கண்ணில் படவில்லை. "அவர்கள் எங்கே?" என்று வாய்விட்டுக் கேட்டேன்; மனம் மாத்திரம், "அவள் எங்கே?" என்றுதான் கேட்டது. அன்று குருடனையோ அவன் மனைவியையோ காணவில்லை. திடுக்கிட்டுப் போனேன். யாரோ வேறொரு பிச்சைக்காரன் அங்கே

வந்தான். அவனைக் கேட்டு என் சந்தேகத்தைத் தீர்த்துக்கொள்ளலாமென்று எண்ணினேன்; அவன் ஏதாவது நினைத்துக்கொண்டால்-! என் மனத்தில் எழுந்த கேள்விக்கு விடை கிடைக்காவிட்டால் என் வேலை ஒன்றும் ஓடாது போல் இருந்தது. "இந்தா, இங்கே வா" என்று அவனை அழைத்தேன். அவன் வந்தான். என் 'பர்ஸை' எடுத்து அவனுக்கு ஆசை காட்டிக் கொண்டே மெல்லக் கேட்கலானேன்.

"ஏன் அப்பா, இங்கே ஒரு குருடனும் அவன் பெண்டாட்டியும் பிச்சைவாங்கி வந்தார்களே; அவர்களை எங்கே காணோம்?" என்று கேட்டேன்.

"ஐயோ, சாமி; அந்தக் குருடன் ஒரு வாரத்துக்கு முன் இறந்து விட்டான்".

என் கேள்விக்கு விடை சொல்லிவிட்டதாக அவன் நினைத்தான்; எனக்கு உண்மையில் விடை கிடைக்கவே இல்லை. அவன் சொன்னதைக் கேட்ட வுடனே என் உடம்பு ஒரு குலுங்கு குலுங்கியது; "அப்படியானால் அவள்?" என்ற கேள்வி என்னை அறியாமலே என் வாயிலிருந்து வந்தது.

"எங்கேயோ போய்விட்டாள், சாமி" என்று சொல்லி நான் கொடுத்த தம்பிடியை வாங்கிக் கொண்டு மேலே அவன் வேலையைக் கவனிக்கப் போய்விட்டான்.

என் உள்ளத்துள் ஒருவிதமான வேதனை உண்டா யிற்று. வேகமும் சுறுசுறுப்பும் கப்பிக்கொண்டிருக்கும் அந்த இடம் வெறும் சூன்யமாக எனக்குத் தோன்றியது.

அவளை மீட்டும் எங்கேயாவது கண்டால்தான் எனக்கு ஆறுதல் உண்டாகும்போல் இருந்தது.

3

சரியாக மூன்று மாதங்கள் கழிந்தன. ஏதோ காரியமாக நான் மயிலாப்பூர் போகவேண்டியிருந்தது. பஸ்ஸில் ஏறிக்கொண்டு லஸ் மூலையில் வந்து இறங்கினேன். ஒரு நோக்கமும் இல்லாமல் என் கண்கள் வான வெளியிலும் நிலப்பரப்பிலும் உலவின. என் கண்களையே நம்பமுடியவில்லை. அவளைக் கண்டேன். அதில் ஒருவித ஆச்சரியம் உண்டாயிற் றென்பதில் சந்தேகமில்லை.ஆனால் அதற்கு மேலே மற்றொரு காட்சியைக் கண்டபோது தான் என்னைத் தூக்கிவாரிப் போட்டது. வறுமைக் கோலத்திலும் பிச்சையெடுக்கும் பிழைப்பிலும் பெண்மை நலம் கனிந்து நின்றதாக நான் கருதின அந்தப் பெண் பிள்ளை ஒரு காலில்லா முடவன் உட்கார்ந்திருந்த சிறு வண்டியைத் தள்ளிக் கொண்டிருந்தாள்.

முன்பு கண்ட குருடனுடைய ஸ்தானத்தில் மற்றொருவனைப் பிடித்துக்கொண்டாள்போலும்! என் மனத்தில் கற்பனை செய்திருந்த அவள் குணசித்திரம் சுக்கு நூறாகக் கிழிந்துவிட்டது. பாரதியார் குயிற் பாட்டிலுள்ள, "நீசக் குயிலே, நிலையறியாப் பொய்ம்மையே" என்ற அடியை என் வாய் முணுமுணுத் தது. எனக்கு அவளிடத்தில் ஆத்திரம் ஆத்திரமாக வந்தது. அவளை வாயாரத் திட்டவேண்டுமென்ற வேகம் உண்டாயிற்று.

மெதுவாக அவர்கள் இருந்த இடத்தை அடைந்தேன். என் கால்களைத் துணிவாக எடுத்துவைக்க முடியவில்லை. அந்தப் புதிய பிச்சைக்காரனைப் பார்த்தேன். முன்னே பார்த்த குருடனைக் காட்டிலும் அவன் வயஸில் இளையவனாக இருந்தான். கால்கள் சூம்பிப்போய் இருந்தன. அதனால் தனக்குப் பீடமும் வாகனமுமாக உதவும் ஒரு வண்டியைச் சம்பாதித்திக்கொண்டு பிச்சை எடுக்கும் வியாபாரத்தை நடத்திவந்தான். வண்டியை அவள் தள்ளிவந்தாள்; அவன் வியாபாரத்தை அவள் பின்னே இருந்து ஓட்டி வந்தாளென்றுதான் சொல்லவேண்டும்.

இன்று அவள் முகத்தில் புதிய களை இருந்தது போல் தோன்றியது. ஆனால் பழைய வேதனையும் இல்லாமல் இல்லை. அவளைக் கண்டு ஒரு கேள்வி யாவது கேளாவிட்டால் மனம் அமைதியுறாதென்று தோற்றியது.

"அவன் யார்?" என்று அவளைக் கேட்டேன். அந்தக் கேள்வி எழுவதற்கு என்ன அவசியமென்று அவள் யோசித்தாளோ என்னவோ? அவள் பதில் சொல்லவில்லை. மறுபடியும், "உன்னைத்தான் கேட்கிறேன். இந்த ஆள் உனக்கு என்ன வேணும்?" என்று முன் கேள்விக்கு வியாக்கியானம் போன்ற மற்றொரு கேள்வியைக் கேட்டேன். அதற்கு அந்தப் பிச்சைக்காரன்தான் பதில் சொன்னான்; "என் பெண்டாட்டி, சாமி" என்றான். அப்போது அவளைக் கவனித்தேன். அவள் உணர்ச்சியற்ற மரம்போல அதைக் கேட்டுப் பேசாமல் நின்றுகொண்டிருந்தாள்.

'அப்படியானால் அந்தக் குருடன்-?' என்று கேட்க எண்ணினேன். அந்தக் கேள்வி என் உள்ளத் துள்ளே

அமுங்கிவிட்டது. இந்தப் 'பிச்சைச் சிறுக்கி செய்த பேதகத்தைப்பற்றி இவ்வளவு ஆராய்ச்சி எதற்கென்று விட்டுவிட்டுப் பேசாமல் புறப் பட்டேன். என் மனம் மாத்திரம் பெருத்த ஏமாற்ற மடைந்த உணர்ச்சியிலே அமிழ்ந்திக் கிடந்தது.

"சீ, உலகம் மகா கேவலமானது!" என்று சொல்லிக் கொண்டேன். உலகம் முழுதும் அந்தப் பிச்சைக்காரியிடத்தில்தான் அடங்கியிருக்கிறதா என்ன? என்னவோ பைத்தியக்கார எண்ணம்!

4

மயிலாப்பூருக்கு நான் போன சில சமயங்களில் லஸ் மூலையில் அவர்களைப் பார்க்க எண்ணுவேன். ஆனால் அவர்களை ஒவ்வொரு தடவையும் பார்க்க இயலாது. ஏதோ இரண்டொரு தடவை மாத்திரம் அவர்கள் என் கண்ணில் பட்டார்கள். அவர்களுக்கு ஒரு தம்பிடிகூட நான் போடவில்லை.

இப்படிச் சில நாட்கள் சென்றன. பிறகு சேர்ந்தாற்போல் ஒரு மாச காலம் அவர்களைக் காண முடியவில்லை. 'சரி, மூன்றாவது பேர்வழி கிடைத்திருப்பான்' என்று தீர்மானித்துக்கொண்டேன். அவளை மறக்கவும் முயன்றேன்; மறந்தேவிட்டேன் என்றுதான் சொல்லவேண்டும்.

"இது என்னடா கூத்து! இந்தச் சனியன் இங்கே எங்கேயடா வந்தது?"

வாடி வதங்கிப் போய், 'கஸ்டம் ஹவுஸுக் கருகில் ஜனங்கள் நடக்கும் நடைபாதையில் இருந்த படியே கப்பலிலிருந்து இறங்கிவரும் கூட்டத்தைப் பார்த்துக்கொண்டு அவள் நின்றிருந்தாள். அவளுக்குப் பக்கத்தில் ஒரு துணைவனையும் காணவில்லை. அந்த வழியே நடந்துவந்த நான் அவளைக் கண்டு நின்றேன். அவள் அவ்வளவு கூட்டத்துக்கிடையே யாரையோ எதிர்பார்த்துக்கொண்டு ஆவலாக நின்றாள். அந்த ஆவலை அவளுடைய ஆழமான கண் களிற் கண்டுகொண்டேன்.

"உன் புருஷன் எங்கே?" என்று கிண்டலாக அவளைக் கேட்டேன்.

"அதுதான், காணவில்லையே" என்று பளிச் சென்று அவள் பதில் சொன்னாள். அடுத்த கணத்தில் விழித்துக்கொண்டாள்; "உங்களுக்கு எப்படித் தெரியும், சாமி?" என்று என்னைக் கேட்டுவிட்டு என் பதிலை எதிர்பாராமலே, "பெனாங்குக் கப்பல் இன்னிக்குத்தானே வருகுது, சாமி?" என்று மற்றொரு கேள்வியைக் கேட்டாள்.

அவள் கேட்ட கேள்விகளின் பொருத்தம் என் மனத்துக்குச் சரியாகப் படவில்லை."உன்னை ரொம்ப நாளாகத் தெரியுமே! அந்தக் குருடனை விட்டுவிட்டு முடவனைப் பிடித்துக்கொண்டு அலைந்தாயே; அவள் தானே நீ?" என்றேன்.

நான் என்ன கொடுமையான காரியத்தைப் பண்ணிவிட்டேன்! என் கேள்வியைக் கேட்டாளோ இல்லையோ அவள் உடம்பு முழுவதும் நடுங்கியது.

கண்களில் மளமளவென்று நீர் பொங்கிவந்தது. பேச முடியவில்லை; அழுகை அவள் தொண்டையை அடைத்தது.

நான் அவள் ஹிருதயத்திலே குத்திவிட்டே னென்று தெரிந்துகொண்டேன். அவள் பெண்மை நலம் அவளிடம் பின்னும் ஆயிரமடங்கு பெருகி ஒளிர்ந்தது. எனக்குக்கூட அழுகை வந்துவிட்டது. அவள் கண்ணீர் தாரை தாரையாக வந்தது; அவள் வாய்விட்டு அழவில்லை; அவ்வளவுதான்.

"ஏனம்மா அழுகிறாய்?"

அந்த வார்த்தைகளை நான் கேட்டபோது அவ ளுக்குக் கோடைக்கால வெயிலில் அலைந்துவந்தவன் மேல் தென்றற்காற்று வீசினதுபோல இருந்திருக்க வேண்டும். அவள் அதுகாறும் அடக்கிக்கொண் டிருந்த துக்கத்தை என்னிடம் நம்பிக்கை உண்டான தன் அறிகுறியாக வெளிப்படுத்தினாள்; விக்கி விக்கி அழத்தொடங்கினாள்.

"யாரைப் பார்க்கிறாய்? எதற்காக அழுகிறாய்?" என்று நான் இரக்கம் மிகுந்த குரலில் கேட்டேன்.

அவள் ஒருவிதமாகத் தன்னை ஆசுவாசப்படுத்திக் கொண்டாள். அவள் உணர்ச்சிவெள்ளம் நெடுநாட்களாகத் தடைப்பட்டுக் கிடந்தது. நாளாக ஆக அந்தத் தடை இறுகியதே ஒழியத் தளரவில்லை. இன்று அது கரையை உடைத்து வெளியே வந்து விட்டது. அவள் தன் கதையைச் சொல்லத் தொடங்கினாள். அவள் சொன்ன பாஷையே வேறு. உங்களுக்கு என் பாஷையிலே பெயர்த்துச் சொல்கிறேன்.

5

சாமீ, நான் மகாபாவி! நீங்கள் என்னை வெகு காலமாகக் கவனித்து வருகிறீர்கள்போல் இருக்கிறது. நான் பிறந்து வளர்ந்த சமாசாரம் பெரிய கதை. எங்கேயோ ஓர் ஏழைக்குடும்பத்தில் பிறந்தேன். ஏழைக்குடும்பத்தில் பிறந்த ஒருவருக்கு வாழ்க்கைப் பட்டேன். அவர் வேலை செய்து பிழைத்தார்.எனக்குக் கடினமான வேலை செய்ய வரவில்லை. என் துரதிருஷ்டம்! அவருக்குச் சில சிநேகிதர்கள் சேர்ந்தார் கள். கடல் கடந்து அக்கரைச் சீமைக்குப் போனால் வேலை செய்து காசு சேர்க்கலாமென்று ஆசைகாட்டி அழைத்துப் போய்விட்டார்கள். நான் இருந்தால் கால்கட்டாக இருக்குமென்று எனக்குச் சொல்லாமலே அவர் போய்விட்டார். அதற்குப் பின், என்ன செய்வது, எப்படிப் பிழைப்பது என்று ஒன்றும் தோன்றவில்லை. வேலைசெய்து அறியாத எனக்கு வேலை கொடுப்பவரும் இல்லை. சொந்த ஊரிலே இருப்பதைவிடப் பட்டணத்துக்குப் போனால் இரண்டு வீடுகளில் பெருக்கித் தள்ளி யாவது பிழைக்கலாமென்று இங்கே வந்தேன், சாமி.

இங்கே உள்ள ஜனங்களைப் பார்த்தேன். எல்லாம் துரைமார்களைப்போல இருக்கிறார்கள். யாரிடம் போய் எப்படி வேலை கேட்பது? எனக்குத் துணிவு பிறக்கவில்லை. என் தலைவிதி என்னைப் பிச்சைக்காரக் கும்பலோடு சேர்த்துவிட்டது. என் புருஷனே எனக்குத் தெய்வம், சாமி. அவரை நினைத்துக்கொண்டு உயிர் வைத்திருந்தால் என்றைக்காவது மறுபடியும் அவரைக் காணலாம் என்ற ஆசை இருக்கிறது.

பிச்சைக்காரர் கூட்டத்தில் அதிகச் சிரமம் இல்லாமல் சோறு கிடைத்தது. என் உயிரைக் காப்பாற்ற வழி உண்டாயிற்று. ஆனால் மானத்தைக் காப்பாற்றுவது மாத்திரம் கஷ்டம், சாமி. ஐயையோ! அந்தக் கூட்டத்தாருடைய நடவடிக்கைப் பிசகு சொல்லிமுடியாது. நான் அவர்களிடம் அகப்பட்டுக் கொண்டேன். நான் எதை இழந்தாலும் என் மானத்தை இழக்கச் சம்மதிக்கமாட்டேன். உயிரை விட்டாலும் விடுவேன்; ஒருவன் தொட்டுத் தாலி கட்டின இந்த உடம்பை மற்றொருவனுக்குக் கொடுக்க மாட்டேன். *(இந்த இடத்தில் அவள் வீராவேசத்தோடு பேசலானாள்.)*

என் மானம் குலையாமல் வாழ வகையொன்றும் புலப்படவில்லை. அந்தப் பிச்சைக்காரக் கும்பலில ஒரு குருடன் இருந்தான். அவன் கொஞ்சம் நல்லவனாகப் பட்டான். அவனும் நானும் ஓர் ஒப்பந்தம் செய்துகொண்டோம். வேறு இடத்திற்குப் போய் விடவேண்டும். நான் அவனுக்குக் கூட்டாளியாக இருப்பேன். வெளிவேஷத்துக்கு நாங்கள் இருவரும் புருஷன் பெண்டாட்டியாக இருப்போம். ஆனால் என்னை அவன் தன் மகளைப்போலவே பாவிக்க வேண்டும். இப்படி நாடகம் நடத்தி வந்தோம். நான் ஒருவன் பெண்டாட்டியென்ற நினைவினால் என்னை எந்தப் பிச்சைக்காரனும் அணுகவில்லை. அப்படி அணுகினால் பெருங்கலகம் விளைந்துவிடுமென்று எனக்குத் தெரியும். நான் குருடனுக்கு மனைவியாக நடித்துக்கொண்டு என்னைக் காப்பாற்றி வந்தேன். பாழுந் தெய்வம் அந்தக் குருடனைக் கொண்டுபோய் விட்டது, சாமி ! *(இங்கே அவள் சிறிது கண் கலங்கினாள்.)*

பிறகு வேறொரு புருஷனைத் தேடினேன். முடவன் கிடைத்தான். அவன் குருடனைப்போல் அவ்வளவு நல்லவனாக இராவிட்டாலும் மற்றவர்களை விட அவனிடம் எனக்கு நம்பிக்கை உண்டாயிற்று. அவனோடு மயிலாப்பூர்ப் பக்கத்தில் இருந்துவந்தேன். அவன் கெட்ட எண்ணக்காரனென்று பிறகு தெரிய வந்தது. அவனை விட்டு வந்துவிட்டேன்.

ஒவ்வொரு வாரமும் பெனாங்கிலிருந்து கப்பல் வருகிறதென்றும், அங்கே காசு சம்பாதித்தவர்கள் இங்கே வந்து இறங்குகிறார்களென்றும் எனக்குத் தெரியவந்தது. அதனால் பெனாங்குக் கப்பல் வரும் போதெல்லாம் இங்கே வந்து பார்க்கிறேன். அவர் வருவாரா என்றுதான் பார்க்கிறேன். அவர் வரு வாரா? சாமி, சொல்லுங்கள்.

என் கண்களில் நீர் ததும்பக் கேட்டுக்கொண் டிருந்தேன். “அவர் வருவாரா?” என்று அவள் கேட்டதுதான் அவள் வரலாற்றுக்கு முற்றுப் புள்ளி. ஆனாலும் நான் இன்னும் அவள் கதையிலேதான் மூழ்கியிருந்தேன்.

“உன் பெயர் என்ன? அம்மா” என்று கேட்க வாயெடுத்தேன். அவள் மின்னலைப்போல் யாரையோ கண்டு கூட்டத்துக்குள்ளே ஓடினாள்.

அவளைத் தொடர்ந்து ஓடவேண்டுமென்ற பைத்தியக்கார உணர்ச்சி எனக்கு ஏற்பட்டது. ஆனால் கால்கள் வேலை செய்யவில்லை. “உன் பெயர் என்ன அம்மா?” என்ற கேள்வியைமாத்திரம் என் உதடுகள் மந்திரத்தைப்போல ஜபித்தன.

மறுபடியும்

நிலாக் காய்ந்துகொண்டிருந்தது. மேல்மாடியில் திறந்த வெளியில் நானும் குஞ்சரியும் கதை பேசிக் கொண்டிருந்தோம். அன்று எங்கள் பள்ளிக் கூடத்தில் உபாத்தியாயர், சிநேகத்தைப்பற்றி ஒரு பிரசங்கம் பண்ணினார். அதைப் பற்றிப் பேசினோம்; அதிலிருந்து பேச்சு வளர்ந்தது. நானும் குஞ்சரியும் இளமையிலிருந்து பழகவில்லை. பழகி மூன்று வருஷ காலமே ஆயிற்று. ஆனாலும் எவ்வளவோ வருஷங்கள் பழகியவர்களைப் போல் எங்கள் உள்ளம் ஒன்று பட்டன. எங்கள் இரண்டுபேருடைய ஆசைகளும், கோபதாபங்களும் ஒரேமாதிரி இருந்தன. இந்த நட்பின் சுவையை நாங்கள் எப்பொழுதும் அநு பவிக்கப்போகிறவர்களைப்போல அவ்வளவு அஸ்தி வாரங்கள் போட்டோம். எல்லாம் பேச்சுத்தான். பேச்சுக்கிடையில் குஞ்சரி எதையோ நினைத்துக் கொண்டு சிறிதுநேரம் பேசாமல் இருந்தாள். திடீ ரென்று, "அம்மணி, நீ ஆணாகப் பிறந்திருந்தால் எவ்வளவு நன்றாயிருக்கும்!" என்றாள்.

"ஏன் உனக்கு அப்படித் தோன்றுகிறது? அப் படியிருந்தால் நாம் கலந்து பழக முடியுமா? நாம் இருவரும் பெண்களாக இருப்பதனால் தான் இரண்டு பேருடைய மனசையும் விண்டுகாட்டிப் பேசிக் கொள்கிறோம்,பழகுகிறோம். நான் புருஷனாக இருந் தால் நீ என் பக்கத்தில் ஏன் வருகிறாய்? இங்கிலீஷ் காரர்களா நாம்? அவர்களானால் எல்லோரும் வித்தி யாசமில்லாமல் பழகுவார்கள். அது கிடக்கட்டும். இந்த ஞாபகம் உனக்கு வருவதற்குக் காரணம் என்ன?"

“ஒன்றும் இல்லை. உன்னுடைய தகப்பனாரும் சர்க்கார் உத்தியோகஸ்தர்; ஊர் ஊராய் மாற்றப்படும் நிலையில் உள்ளவர். என்னுடைய தகப்பனாரும் அத்தகையவரே. திடீரென்று இரண்டுபேரில் ஒருவரை மாற்றிவிட்டால் நாம் இப்படிப் பழகுவது போல் பழக முடியுமா? உன்னைப்போல் வேறொரு சிநேகிதியை நான் வேறு எங்காவது பார்க்கத்தான் முடியுமா?”

“அதற்காக?”

“அதற்காகத்தான், நீ புருஷனாக இருந்தால் நம் முடைய பழக்கத்தை வேறு வகையில் திருப்பி விடலாமே?” என்று சொல்லிச் சிரித்துவிட்டு, “நான் சொல்வது புரிகிறதா?” என்று கேட்டாள்.

“புரியாமல் என்ன? உன்னை நான் கல்யாணம் செய்து கொள்ளலாம்; நாம் இருவரும் கணவன் மனைவியாக இருக்கலாம் என்பதுதானே உன் உத்தேசம்?”

“அதுதான்” என்று சொல்லிவிட்டு அவள் மீண்டும் சிரித்தாள்.

“அப்படி மாற்றிவிட்டால் தபால் இருக்கிறது; அடிக்கடி கடிதங்கள் எழுதலாம். பார்க்கவேண்டு மென்றால் வந்து பார்த்துக்கொள்ளலாம்.”

“அது எப்போதும் முடியுமா? பெண்களுக்கு அவ்வளவு சுதந்திரம் வந்துவிடுகிறதா? கல்யாணம் ஆகும் வரையில் அப்படிச் செய்யலாம். பிறகு நம் முடைய புருஷர்கள் ஸ்வபாவம் எப்படி இருக் கிறதோ! கடிதம் எழுத

முடிகிறதோ இல்லையோ? வந்து பார்க்கத்தான் முடியுமோ, முடியாதோ!"

"என்ன பைத்தியம்மாதிரி பேசுகிறாய்? எதற்காக அனாவசியமான சந்தேகங்களும் வீண்பயமும் கிளப்பிக்கொண்டு அவஸ்தைப்படுகிறாய்? நம்முடைய பிரியம் அவ்வளவு லேசில் முறிந்துவிடுமா?' என்று சமாதானம் சொன்னேன்.

குஞ்சரி கூறியதில் உண்மை இல்லாமல் இல்லை. போலீஸ் டெபுடி பரிண்டெண்டாகிய என்னுடைய தகப்பனாரை அடுத்த வாரத்திலேயே சர்க்கார் பெல்லாரி ஜில்லாவில் தூக்கிப்போட்டாலும் போடலாம்; ஸப்மாஜிஸ்டிரேட் உத்தியோகம் பார்க்கும் அவளுடைய அப்பாவைத் திருநெல்வேலி ஜில்லாவிற்கு அனுப்பினாலும் அனுப்பலாம். இரண்டு பேருடைய வேலைகளும் குற்றவாளிகளுடன் பழகும் வேலை; ஜனங்களுடைய அபவாதத்துக்கு ஆளாகும் வேலை. குஞ்சரி இவைகளையெல்லாம் மனத்தில் வைத்துக்கொண்டே பேசினாள். அவள் தீர்க்காலோசனை செய்பவள். நான் சிறிது சோம்பேறி; 'சுடச்சுடச் செய்தால் போகிறது' என்று அசட்டையாக இருப்பவள்.

குஞ்சரியின் பயம் வாஸ்தவமாகிவிட்டது. என் தகப்பனாரைக் காக்கிநாடாவுக்கு மாற்றிவிட்டார்கள். அவள் பயந்த நிலை உண்மையிலே வந்துவிட்டது. அப்பொழுது என் மனம் பட்ட வேதனையை எப்படிச் சொல்வேன்! 'என் கல்யாணம் முந்தி நடந்தால் இப்படி நடப்பேன்; உன் கல்யாணம் முந்தி நடந்தால் அப்படி நடப்பேன்' என்று குதூகலமாகப் பேசிய பேச்சுக்களும் எண்ணிய எண்ணங்களும் வீணாகப் போய்

விட்டனவென்ற உணர்ச்சி தோன்றி யது. அவளுக்குத் தைரியம் கூறிய நான்தான் அதிகமாக அழுதேன். என்னுடைய தாய் தந்தையர் கூட என் துக்கத்தைப் பார்த்து வருத்தப் பட்டார்கள் "நம்முடைய சிநேகம் ரெயில் வண்டிச் சிநேகம் ஆகி விட்டதுபோல் இருக்கிறதே!" என்று நான் வருந்தினேன்.

"என்ன நீ இப்படிச் சொல்லுகிறாய்? அன்றைக்கு நீ சொன்னது ஞாபகம் இல்லையா? தபால் இருக்கிறது கடிதம் போட; ரெயில் வண்டி இருக்கிறது வந்து பார்க்க. அப்பா அம்மா தடை சொல்லப்போகிறார்களா?" என்று அவள் எனக்குத் தைரியம் சொன்னாள். தன் ஹிருதயத்துக்குள் அடித்துக்கொண்ட அடிப்பை அவள் வெளியிடவில்லை.

"அம்மாமி, அவள் கல்யாணத்துக்கு நான் அவசியம் வருவேன்; பத்திரிகை அனுப்ப மறந்துவிடாதேயுங்கள்" என்று குஞ்சரி என் அம்மாவைப் பார்த்துச் சொன்னாள். அவள் தன் துக்கத்தை அமிழ்த்திக் கொண்டு மேலே விளையாட்டுப்பேச்சு வேறு பேசத் தொடங்கினாள்.

"குஞ்சரி, என்னை மறந்துவிடுவாயா? கடிதம் போடாமல் இருந்துவிடுவாயா?"

மேலே என்னால் பேசமுடியவில்லை. தொண்டை அடைத்துக்கொண்டது.

"வாரத்திற்கு ஒரு கடிதம் போடுகிறேன்" என்று அவள் சொன்னாள். "தினமும் ஒன்று போடுகிறேன் என்று சொல்" என்றாள் என் தாய்.

"இல்லை அம்மாமி; வாரம் ஒரு கடிதம் போடுவதே கஷ்டம். அதன்படியே நடந்தால் போதாதா?" என்று அவள் கேட்டாள். என்னைக் காட்டிலும் அவள் உலக அறிவு அதிகம் வாய்ந்தவள்.

"நான்... நான்..." விம்மினேன்; 'போய் வருகிறேன்' என்று சொல்ல வாய் வரவில்லை. சிநேக பாசம் மிகவும் கொடிது. அதைப்போல் நல்லதும் இல்லை; பிரிவு நேரும்போது அதைப்போலத் துன்பங் தருவதும் வேறு இல்லை.

வேலூரிலிருந்து காக்கிநாடாவுக்கு வந்த பிறகு ஒரு மாதம் வரையில் நான் அழுதவண்ணமாகவே இருந்தேன். அங்கே எனக்குக் குஞ்சரியைப்போல உற்ற தோழியார் இருக்கப்போகிறார்கள்? எல்லோரும் முரட்டுத் தெலுங்கப் பெண்கள். அவர்கள் பாஷையில் ஓர் அக்ஷரம் எனக்குத் தெரியாது. திவ்யமான பூஞ்சோலையை விட்டுவிட்டு ஒரு பாலைவனத் துக்கு வந்ததுபோல் இருந்தது எனக்கு.

வாரத்துக்கு ஒரு கடிதம் தவறாமல் குஞ்சரியினிடமிருந்து வந்து கொண்டிருந்தது. வேலூரிலிருந்து அவள் தகப்பனாரை நாமக்கல்லுக்கு மாற்றியிருப்பதாக எழுதியிருந்தாள். வாரத்துக்கு ஒரு கடிதமாக இருந்தாலும் அழகாகவும், அன்பு ஒழுகவும் இருக்கும். அந்த வாரத்தில் நடந்த முக்கியமான சமாசாரங்களையெல்லாம் கோவைப்படுத்தி எழுதுவாள்; தன்னுடைய புதிய தோழிகளைப்பற்றி எழுதுவாள்; தான் படித்த புஸ்தகங்களைப்பற்றி எழுதுவாள்; நாங்கள் ஒன்றாக இருந்த காலத்தில் நடந்தவற்றைப் பற்றி எழுதுவாள். அவைகளை வாசிக்கும்போது எனக்குப் பழைய

ஞாபகங்கள் வந்துவிடும். அவைகளிலே புதைந்து கிடப்பேன். சந்தோஷத்தில் நீந்துவேன். திடீரென்று தெலுங்கு தேசத்தில் காக்கிநாடாவில் இருப்பது ஞாபகத்துக்கு வரவே துக்கம் வந்துவிடும்; கண்கள் கலங்கும்.

நான் சில தடவை தினத்துக்கு ஒரு கடிதம் எழுதினேன். விஷயம் ஒன்றும் இராது. சில சமயங்களில் சேர்ந்தாற்போல் பத்துநாள் கடிதம் எழுதாமலே இருந்துவிடுவேன். இந்தமாதிரி நான் ஒழுங்கீனமாக இருந்தும் அவள் கடிதம்மாத்திரம் சூரிய பகவான்மாதிரி குறித்த காலத்தில் வந்துகொண்டே இருந்தது.

திங்கட்கிழமையன்று தபால்காரனை ஆவலோடு எதிர்பார்த்தேன். ஒவ்வொரு திங்கட்கிழமையும். தவறாமல் எனக்கு வரும் கடிதம் அன்று வரவில்லை. 'சரி, நாம் செய்வதை அவள் செய்ய ஆரம்பித்திருக்கிறாள். இது நமக்குத் தண்டனைபோல் இருக்கிறது என்று எண்ணினேன். மறு நாள் வருமென்று நம்பினேன்; வரவில்லை. அடுத்த நாள் எதிர்பார்த்தேன்;

வரவேயில்லை. உடனே மிகவும் கோபமாக அவளுக்கு ஒரு கடிதம் எழுதினேன். எவ்வளவோ முறை நான் சரியானபடி கடிதம் எழுதாமல் சோம்பேறியாக இருந்ததெல்லாம் எனக்குத் தெரியவில்லை. அவள் ஒருதடவை தவறினதற்கு எனக்கு அவ்வளவு கோபம் வந்துவிட்டது.

பதிலே வரவில்லை. மறுபடியும் எழுதினேன். அதற்கும் பதில் இல்லை. ஒரு பெரிய இடி விழுந்த மாதிரி இருந்தது. 'குஞ்சரி ஏன் எழுதவில்லை? அவள் எழுதாமல்

இருக்கமாட்டாளே! ஏதாவது உடம்பு அசௌக்கியமோ? இல்லை. அவள்...' இப்படி நினைக்கும்போது என் அடிவயிறு பகீரென்றது. அவள் ஊரைவிட்டுப் பிரிந்தாளாயினும் அவளுடைய கடிதங்களாலும், மீட்டும் பார்ப்போமென்ற எண் ணத்தாலும் ஆறுதலடைந்திருந்தேன். இப்பொழுது பகவான் வேறுவிதமாகச் செய்திருந்தால்? என்னுடைய குஞ்சரி இந்த உலகத்தை விட்டுப் போயிருந் தால்...? எனக்கு ஒன்றுமே தோன்றவில்லை. துக்கம் பொங்கியது. அழுதேன். என் தாய் வந்து சமாதானம் சொன்னாள்; "சீ பைத்தியமே! அவள் சௌக்கியமாக இருப்பாள். கல்யாணத்துக்கு ஏற்பாடாகியிருக்கும். அவளுக்கு வேலை அதிகமாக இருக்கலாம்" என்றாள்.

நின்றது நின்றதுதான்; அப்பால் எனக்குக் கடிதமே வரவில்லை. நாமக்கல் எங்கே?காக்கிநாடா எங்கே? யார் சிரத்தை எடுத்துக்கொண்டு அவளைப் பற்றி நமக்கு வந்து சொல்வார்கள்? குஞ்சரியை இழந்தோம் என்றே தீர்மானித்துக்கொண்டேன். ஒரு வருஷத்தில் காக்கிநாடாவிலிருந்து மங்களூருக்கு என் தகப்பனாரை மாற்றிவிட்டார்கள்.

2

எனக்குக் கல்யாணம் ஆயிற்று. வட ஆர்க்காடு ஜில்லாவில் கடுகனூரில் மிராசுதார் ஒருவருடைய பிள்ளைக்கு நான் வாழ்க்கைப் பட்டேன். என் கணவர் ஆங்கிலம் படித்தவர். அவருக்குத் தகப்பனாரும் இல்லை; தாயாரும் இல்லை. தமையனார் ஒருவர் இருந்தார். அவரே குடும்பத்துக்குத் தலைவர். அந்த ஊரில் அவர்களுடைய குடும்பம் நிறைந்த செல்வாக்

குடையதாக இருந்தது. என் மைத்துனருடைய மனைவி, தங்கம்மாள். அவளுடைய அதிகாரந்தான் வீட்டில் நடந்து வந்தது.என் கணவர் கூட அவளுடைய ஆக்ஞைகளுக்குப் பயப்படுவார். என் மைத்துனரோ சாது; அவர் உண்டு; காணிகள் உண்டு.

நான் அந்த வீட்டிற் புகுந்தது முதல் என்னுடைய வாழ்க்கையும் இயல்புகளும் மாறிவிட்டன. என் கணவர் மானியென்பதையும் குடும்பத்திலுள்ள ஒற்றுமையைக் கலைக்காமல் இருக்கவேண்டு மென்ற எண்ணமுடையவரென்பதையும் உணர்ந்து கொண்டேன். அவர் தம் தமையனாருடன் விவசாயமே செய்து வந்தார்.

என் ஓரகத்தியின் கொடுமை பொறுக்க முடியவில்லை. வீசைக் கணக்காக நகைகளைச் சுமப்பதைத் தவிர அவளுக்கு வேறு சிறப்பொன்றும் இருப்பதாக எனக்குத் தெரியவில்லை. குழந்தை குட்டிகளோ இல்லை. எப்பொழுதாவது வேறு ஊரிலிருந்து தன் தமையனார் குழந்தைகளைக் கூட்டிக்கொண்டு வருவாள். இரண்டு மூன்று மாதம் அக்குழந்தைகள் இருக்கும். அவர்களுக்கு ஆசார உபசாரங்கள் நடைபெறும்.

நான் புஸ்தகம் படிப்பதைக் கண்டால் அவளுக்கு ஆவதில்லை. கோணல் வகிடு ஒரு நாள் எடுத்துக் கொண்டதற்காக அவள் ஒரு மாதம் என்னைக் கடிந்துகொண்டதை இப்பொழுது நினைத்தாலும் அழுகை வருகிறது. ஒரு சமயம் என்னுடைய தாய்க்கு ஒரு கடிதம் எழுதினேன். அதற்கு என் விலாஸமிட்டுப் பதில் வந்தது. 'கடிதப் போக்கு வரத்து வேறேயா?' என்று அவள் குதித்தது ஈசுவர னுக்குத்தான் வெளிச்சம். இப்படி, சாதாரண விஷயங்களையெல்லாம்

பிரமாதப்படுத்தி என்னை அழவைத்த அவளுக்குக் கடவுள் எப்பொழுதாவது இரக்க உணர்ச்சியைத் தரமாட்டாரா என்று நான் ஏங்கினேன்.

என்னுடைய வாழ்க்கையில் நான் பல வகையான ஏமாற்றங்களை அடைந்துவிட்டேனென்று எனக்குத் தோன்றியது. என் அருமைச் சிநேகிதி குஞ்சரியை இழந்தேன். அவள் இறந்து போயிருந் தால், அது எவ்வளவோ மேலென்று நினைத்தேன். இந்தக் கொடூர சித்தமுடைய பெண் பேயைப் போன்றவர்களிடம் சிக்கிக்கொண்டு அவஸ்தைப் படுவதிலும் உலகத்திலிருந்து விடுதலை பெறுவது சிறந்ததல்லவா? சில சமயங்களில் தற்கொலை செய்து கொள்ளலாமென்றுகூட என் அவசர புத்தியில் தோன்றும். ஆனால் என் கணவருடைய மாசு மறுவற்ற காதல், தூய உள்ளத்தோடு அவர் இரங்கிக் கூறும் சமாதான வார்த்தைகள் இவை எனக்குப் பாலைவனத்தில் தனிமரம் போல் உதவின.

என் வேண்டுகோள் அதுவல்ல. நான் யாருக்கும் தீங்கு நினைக்கமாட்டேன். அவள் மனம் மாறி என்பால் அன்பு கொள்ளவேண்டுமென்பதே என் பிரார்த்தனை. ஆனாலும் உலகம் அதை நம்புமா? “பாவம்! ஒன்றும் அறியாத பெண்ணைப் படாத பாடு படுத்தினாள்; தொலைந்தாள்” என்று நாக்கில் நரம் பில்லாதவர்கள் சொன்னார்கள். அதற்கு நானா பொறுப்பாளி? தங்கம்மாள் தன்னுடைய அதி காரத்தையும், ஒரு மணங்கு தங்க நகைகளையும், இருபது பட்டுப் புடைவைகளையும், பாத்திரங் களையும், பண்டங்களையும் விட்டுவிட்டு மறு உலகத் திற்குப்

போய்விட்டாள்; நரகத்திற்கென்று ஊரார் சொன்னார்கள். நான் அதைக் காதில் போட்டுக் கொள்ளவில்லை.

“நீ செய்த பூஜாபலம்; உன் பிரார்த்தனை நிறை வேறியது. அவள் போய்விட்டாள். இனிமேல் நீதான் வீட்டுக்கு எஜமானி” என்று பக்கத்துவீட்டுப் பாட்டி சொன்னாள்.

“இல்லை,பாட்டி; நான் அப்படி நினைக்கவே இல்லை. நீங்கள் அப்படிச் சொல்லாதீர்கள். அவள் இருந்தால் எவ்வளவோ நன்றாக இருக்கும்” என்று நான் பதில் சொன்னேன்.

என் மைத்துனருடைய உண்மையான இயல்பு இப்பொழுதுதான் வெளிப்பட்டது. அவருடைய குழந்தை போன்ற ஸ்வபாவம் தங்கம்மாளுடைய சார்பினால் கலங்கியிருந்தது. இப்போது அது தெளி வாயிற்று. உண்மையிலே வீட்டின் பொறுப்பு முழுதும் என்னிடத்திலே விட்டுவிட்டார். என் கணவரும் உத்ஸாகம் கொண்டார். குடும்ப பாரத்தை வகிக்கத்தக்க சாமர்த்தியம் என்னிடம் இல்லாவிட்டாலும் ஒருவாறு நடத்தி வரலாமென்ற தைரியம் மாத்திரம் இருந்தது.

என் மைத்துனருக்குத் தங்கம்மாளைச் சிறு வயதிலேயே கல்யாணம் செய்துவிட்டார்கள். தாய்க்குத் தலைப்பிள்ளையாகையால் அவர் பஞ்சகச்சம் கட்டிக்கொண்டு பார்க்கவேண்டுமென்று அவருடைய பாட்டி சொன்னாளாம். அவருக்குக் கால்கட்டுப் போட்டுவிட்டால்தான் தன் நெஞ்சு வேகுமென்று அவள் அடிக்கடி சொல்லி முறையிட்டாளாம். என் மாமனார் தம் தாயினுடைய கண்களுக்குச் சந்தோஷம் உண்டாக்குவதற்காகவும், அவள் இறந்துபோனால் தாம்

போடும் நெருப்பு அவளது நெஞ்சோடு போராடித் தோல்வியுறாமல் இருப்பதற்காகவும் தம் மூத்த குமாரனுக்குத் தங்கம்மாளைத் தேடிப் பிடித் துக் கல்யாணம் செய்தாராம். இரண்டு பேருக்கும் ஆறே மாதம் வித்தியாசமாம். ஈடு சரியில்லை, பெண் பெரியவள்' என்று சிலர் தடுத்தார்களாம். "எல்லாம் வயசுவந்தால் ஆண்பிள்ளைக்குப் பெண் பிள்ளை அடக்கந்தான்" என்று பாட்டி சொல்லி விட்டாளாம்.

இப்போது என் மைத்துனருக்கு வயசு முப்பத்திரண்டு. அவருக்கு மற்றொரு கல்யாணம் செய்துவைக்க வேண்டுமென்பது பெரியவர்கள் இஷ்டம். தங்கம்மாளுடைய குணவிசேஷங்களால் பந்துக்களுடைய போக்குவரத்து எங்கள் வீட்டில் அதிகம் இராமல் இருந்தது. பலர் என் மைத்துனர் பொல்லாதவரென்று எண்ணினார்கள். எப்படியோ பரமஸாதுவான அவருக்குக் கெட்டபெயரை ஏற்படுத்தி விட்டுத் தங்கம்மாள் பரலோகம் போய் விட்டாள். பந்துக்கள் பெண் வைத்திருந்தும் கொடுக்கவில்லை.

எங்கள் புக்ககத்து ஒன்று விட்ட மாமாவுக்கு மைத்துனர் ஒருவர், எங்கே இருந்தாவது ஒரு பெண்ணைப் பார்த்து என் மைத்துனருக்குக் கட்டி வைத்துவிட்டுத்தான் மறு காரியம் பார்ப்பதென்று கங்கணங்கட்டிக்கொண்டார். ஒரு பெண்ணைத் தேடிப் பிடித்து நிச்சயமும் செய்துவிட்டார். பெண்ணை நாங்கள் பார்க்கவில்லை. மைத்துனர் மாத் திரம் போய்ப் பார்த்து வந்தார். அவசரம் அவசர மாகத் திருப்பதியில் கல்யாணம் ஆயிற்று. அந்தக் கல்யாணத்திற்குக்கூட நாங்கள் போகவில்லை.காமா சோமாவென்று மூன்றாம் பேருக்குத் தெரியாமல் நடத்திவிட்டு வருவதாகச் சொன்னார்கள். பெண்

பெரியவளாகி நான்கு வருஷங்கள் ஆகிவிட்டனவாம். இது பல பேருக்குத் தெரிந்த ரகஸ்யம். பரம ஏழையாம். தாய் தகப்பனார் இல்லையாம். அதனால் ஏதோ பேருக்குக் கல்யாணமென்று நடத்திவிட்டுப் பெண்ணைக் கையோடே அழைத்து வருவதாகச் சொல்லிவிட்டுப் போனார்கள்.

எல்லாம் எனக்கு நாடகம் போல இருந்தது. என்னுடைய மைத்துனருக்குக் கல்யாணம் நடக்கிற தென்பதனால் என் மனத்தில் சந்தோஷம் உண்டாக வில்லை. அந்தப் பெண்ணின் நிலையைப்பற்றி நான் நினைத்து வருந்தினேன். பெண்களின் நிலை எவ்வளவு கேவலமாக இருக்கிறதென்பதை எண்ணி எண்ணி உருகினேன். கல்யாணமென்பதன் தத்துவம் எவ்வளவு தூரம் மனிதர் கருத்திலிருந்து விலகி விட்டதென்றும், இல்லறமென்பது உத்தியோகசாலையைப்போல், ஒருவர் போனால் ஒருவர் என்ற ரீதியில் நடக்கிறதென்றும் நினைக்கும்போது இந்த விசித்திர உலகத்தின் போக்கே எனக்கு விளங்கவில்லை.

3

"அடியே, குஞ்சரியா நீ! வாஸ்தவமாக என் அருமைக் குஞ்சரியா! என் உயிர்த்தோழி குஞ்சரியா? வேலூரில் இருந்தாயே, அந்தக் குஞ்சரியா! இவ்வளவு நாள் எந்த உலகத்தில் இருந்தாய்? என்னை இப்படி அநியாயமாக மறந்திருக்கலாமா?" என்று கேள்விகளைக் கேட்டுக்கொண்டே போனேன். ஆச் சரியம், சந்தோஷம், துக்கம் எல்லாம் சேர்ந்து ஒன்றையொன்று மீறி வந்தன.

அவள் பழையகாலத்துப் பொறுமையோடே தான் பேசினாள். ஆனாலும் கண்களில் நீரருவி எழுந்தது;

இடையிடையே அதில் ஒரு பிரகாசம் தோன்றியது. கப்பல் உடைந்ததனால் கடலில் வீழ்ந்த ஒருவன் நெடுங்காலம் கடலின் பேரலைகளோடு போராடி உள்ளமும் உடலும் ஓய்ந்துபோன போது ஓர் ஓடம் வந்து மீட்டால் எப்படி இருக்கும்? அப்படி இருந்தது அவளுக்கு. அவள் கதையை அவளே சொல்வாள்; கேளுங்கள்:-

உனக்கு நான் கடைசிக் கடிதத்தை ஒரு ஞாயிற்றுக் கிழமை எழுதினேன். மறு வெள்ளிக்கிழமையே என் வாழ்வு மாறிவிட்டது; எங்கள் குடும்பக்கப்பல் சுக்கு நூறாகிவிட்டது. நாமக்கல்லில் திடீரென்று உண்டான காலராவில் என்னுடைய தாய் வியாழக்கிழமை யமன் கையில் என் தகப்பனார் மறுநாள் அவளைத் தொடர்ந்தார். என் தம்பியும் நானுமே மிஞ்சினோம். தந்தி பறந்தது. என்னுடைய மாமா, ஓர் ஏழைக்கர்ணம். அவர் வந்தார். எங்களுக்கு வேறு துணையில்லை. என் தகப்பனார் வெறும் படாடோபத்தினால் தம் வரும்படியெல்லாம் செலவழித்துவிட்டார். கடன் வேறு வாங்கியிருந்தார். துரைத்தனத்தார் கொடுத்த பணத்தைக்கொண்டு அந்தக் கடனுக்கு ஈடு செய்தோம்.

வறுமை, கஷ்டம் ஏதும் அறியாத நிலை மாறியது. உள்ளங்கை வெள்ளையாகவும் மிருதுவாகவும் இருக்கிறது. அதைத் திடீரென்று மறித்துப் பார்த்தால் எலும்பும் நரம்பும் உள்ள புறங்கை தோன்றுகிறது. அகங்கை புறங்கை ஆனாற்போல் என் வாழ்வு திடீரென்று மாறிவிட்டது.பாவம்! எங்கள் மாமாவுக்கு ஆறு பெண்கள். நான்கு பெண்களுக்குக் கல்யாணம் செய்வதற்குள் அவர் ஆண்டியாகி விட்டார்.

போதாக்குறைக்கு நாங்கள் வேறு பாரமாகப் போய்ச் சேர்ந்தோம்.

தாய் தந்தை இருவரையும் திடீரென்று இழந்த எனக்கு இந்த உலக ஞாபகமே இல்லை. திக்பிரமை பிடித்துக் கிடந்தேன். இனிமேல் நாம் ஒரு நடைப் பிணந்தான்' என்று நிச்சயித்துக்கொண்டேன். உனக்குக் கடிதம் எழுதவேண்டுமென்ற ஞாபகமே வரவில்லை. பைத்தியமாகவே இருந்தாலும் தேவலை; அதுவும் இல்லை. தெளிவான மனநிலையும் இல்லை. வயசுமட்டும் ஏறிக்கொண்டே வந்தது. ஒருநாள் ஏதோ நினைத்துக்கொண்டேன். காக்கிநாடா விலாஸ மிட்டு உனக்குக் கடிதம் எழுதினேன். அது எனக்கே திரும்பி வந்துவிட்டது. என்னுடைய துரதிருஷ்டம் வரவர அபிவிருத்தி அடைந்ததென்பது எனக்குத் தெளிவாகத் தெரிந்தது.

என்னுடைய தேகம் எனக்கு அடங்காமலே வளர்ந்தது. நானும் இயற்கையிலே ஓர் அங்கம் அல்லவா? 'வளர்ச்சியில் எனக்கு விருப்பமில்லை அதனால் இயற்கை தன் தொழிலினின்றும் சோம்பி யிருக்குமா? என் மனக்கலக்கத்தோடு, நான் பெரிய வளாகிவிட்டேன் என்ற துக்கமும் சேர்ந்துகொண்டது. கிராமத்து ஜனங்கள் வம்பளக்க ஆரம்பித் தார்கள். என்னால் என் அருமை மாமாவுக்குப் பல வகையிலும் துன்பங்கள் ஏற்பட்டன. எப்படி யாவது ஒரு பிராமணனுக்குக் கட்டிக் கொடுத்து விடவேண்டுமென்று படாத பாடு பட்டார். பணம் இல்லாமல் என்னைக் கல்யாணம் செய்துகொள்ள இந்தத் தமிழ்நாட்டில் யாருக்குத் தைரியம் இருக் கிறது? அகம்பாவமும் போலிவீரமும் பேச்சளவில் தியாகமும் உடைய ஜனங்களின் கூட்டத்திலிருந்து அவஸ்தைப்

படுவதைவிட என் அருமைப் பெற்றோர் சென்ற வழியையே நானும் பின்பற்றிவிடலாமென்று எண்ணினேன்; ஆனால் ஏதோ ஒன்று தடுத்தது.

'இன்னும் என்ன என்ன துன்பத்துக்கு ஆளாக வேண்டுமோ அவைகளையெல்லாம் பட்டுத்தானே சாகவேண்டும்?' என்ற வெறுப்போடு காலந்தள்ளினேன்.

திடீரென்று ஒருவர் வந்தார். கல்யாணத்துக்கு ஏற்பாடுகள் நடந்தன."இரண்டாந் தாரமாகப் போவது உனக்கு ஸம்மதமா?" என்று என் அருமை மாமா ஆதரவோடு கேட்டார். கணவன், கல்யாணம், வாழ்க்கை, சுகம் என்பவை என்னளவில் இல்லையென்றே நான் நிச்சயம் செய்துகொண்டிருந் தேன். என் மாமாவுக்குப் பாரமாக இருப்பதாவது நீங்கட்டுமென்ற நினைவு முன்வந்தது. ஒப்புக் கொண்டேன்.

அம்மணி! என் கண்மணி! நம்பிக்கை இழந்த என் வாழ்க்கையில் நீ மறுபடியும் துணையாகத் தோன்றிவிட்டாய். நீ எனக்குப் புருஷனாக இருந்தால் வாழ்வு முழுவதும் பிரியாமல் இருக்கலாமென்று நான் அன்றொரு நாள் சொன்னது ஞாபகம் வருகிறது. நீ புருஷனாகாவிட்டாலும் வாழ்வு முழுவதும் சேர்ந்து இருக்கும்படி பகவான் அநுக்கிரகித்தாரே, அதுவே போதும்!

மேலே அவளால் பேச முடியவில்லை. கோ வென்று அழுதாள்.

"அடி பைத்தியம்! அழாதே. என் மைத்துனர் உன்னைத் தங்கமாக வைத்துக்கொள்வார். அவர் பரம ஸாது. இந்த

வீட்டின் எஜமானர் அவர். அவருக்கு மனைவியாக வாய்த்த நீயே இந்த வீட்டுக்கு எஜமானி. நான் உன் வேலைக்காரி; உயிர்த்தோழியாகவும் இருப்பேன். இந்தா! சாவி!"

இருவரும் ஒருவரை ஒருவர் தழுவிக்கொண்டோம். எங்கள் வாழ்வு மறுபடியும் மலர்ச்சி பெறுவதற்குரிய சுபசகுனம்போலக் கோயிலில் சாயங்கால பூஜையின் மணியொலி கேட்டது.

★ ★ ★